कबंध

रत्नाकर मतकरी

AA000951

मेहता पब्लिशिंग हाऊस

Email : production@mehtapublishinghouse.com

Website : www.mehtapublishinghouse.com

- *या पुस्तकातील लेखकाची मते, घटना, वर्णने ही त्या लेखकाची असून त्याच्याशी प्रकाशक सहमत असतीलच असे नाही.*

KABANDH by RATNAKAR MATKARI

कबंध : रत्नाकर मतकरी / कथासंग्रह

Email : author@mehtapublishinghouse.com

© सौ. प्रतिभा मतकरी

प्रकाशक : सुनील अनिल मेहता, मेहता पब्लिशिंग हाऊस,
१९४१, माडीवाले कॉलनी, सदाशिव पेठ, पुणे - ४११०३०.

प्रकाशनकाल : ४ नोव्हेंबर, १९७५ / एप्रिल, २००५ / मार्च, २००६/
सप्टेंबर, २००७ / ऑगस्ट, २००९ / सप्टेंबर, २०११
ऑगस्ट, २०१३ / डिसेंबर, २०१५ /
पुनर्मुद्रण : सप्टेंबर, २०१९

मुखपृष्ठ : चंद्रमोहन कुलकर्णी

P Book ISBN 9788177665611
E Book ISBN 9788184989397
E Books available on : play.google.com/store/books
www.amazon.in

गूढकथासंग्रहाच्या निमित्ताने

गूढकथा म्हणजे काय? तर आयुष्याच्या एखाद्या मुलुखावेगळ्या पैलूविषयी लिहिलेली कथा. हा मुलुखावेगळेपणा मनुष्यस्वभावात, वातावरणात किंवा घटनांमध्ये आढळतो. उदा. एखाद्याला वाटणारी एका विशिष्ट वस्तूची प्रमाणाबाहेर ओढ; किंवा कातरवेळेस हुरहूर लावणारे डोहाजवळचे वातावरण; किंवा केवळ योगायोगानेच घडू शकणारी एखादी घटना. आता ही ओढ इतकी जबरदस्त का, हे वातावरण असे हुरहूर लावणारे का, किंवा घटनांमध्ये अमूक एक संगती का, या प्रश्नांची उत्तरे; नेहमीच्या तर्कशास्त्राप्रमाणे देता येत नाहीत. ती संदिग्धच राहतात म्हणून त्यांना गूढ म्हणावयाचे.

मृत्यू ही गोष्ट अशीच गूढ आहे. मानवी जीवनाला वेटोळे घालून बसलेली इतकी जवळची गोष्ट दुसरी नाही. आणि तरीही मृत्यू होताना नेमके काय होते याचे रहस्य अजून उलगडलेले नाही. विज्ञानाने उलगडलेले आहे ते शरीराच्या नष्ट होण्याचे स्वरूप; परंतु मानवी मन, आणि त्यात वास करीत असणाऱ्या वासना-इच्छा- आयुष्यभर माणसाच्या प्रत्येक हालचालीचे संयोजन करणारा हा महत्त्वाचा घटक- तो शरीराबरोबरच नष्ट होतो का? याचे अजून समाधानकारक उत्तर मिळालेले नाही. त्यामुळे मृत्यूनंतर मिळणारी योनी हा विषय गूढच राहिलेला आहे.

या सर्व गूढतेचे कथाकारांना पूर्वीपासून आकर्षण वाटत आलेले आहे. विज्ञानाच्या दृष्टीने या विषयात कितीसे तथ्य असते हा विवाद्य विषय आहे. कारण स्वतः शास्त्रज्ञांच्याच मते आजवर आपल्याला अवगत असलेले विज्ञान अपुरे आहे. मन आणि त्याची अमर्याद शक्ती यांचा वेध घ्यायला फ्रॉइडपासून सुरुवात झाली आहे; संशोधन अजूनही थांबलेले नाही, त्यामुळे कुणी सांगावे, आज ज्या गोष्टी तर्काला धरून नाहीत, त्याचे पुढे प्रकाशात आलेल्या संशोधनाप्रमाणे योग्य ते स्पष्टीकरण मिळेलही. ते काहीही असो, परंतु आज रहस्याच्या पडद्याआडून

अस्पष्ट दिसणारे जग चांगल्या कलावंतांना नेहमीच भुलवीत आलेले आहे. अगदी पर्ल बक किंवा मार्क ट्वेनसारख्या, एरवी गूढतेपासून दूर असलेले लिखाण करणाऱ्या साहित्यिकांनीही काही उत्तम गूढकथा लिहिलेल्या आहेत. आपल्याकडच्या ''वहिनींच्या बांगड्या'' सारख्या कौटुंबिक कथेलाही शेवटी मिळालेला 'गूढ' स्पर्श दुसरे काय दाखवतो?

तात्पर्य, केवळ गूढ किंवा तर्काला धरून नसलेले ते कलेच्या दृष्टीने हीन, हा समज आता जायला हवा. वास्तवाचे शैलीदार वर्णन करणारी कथा तेवढीच कलात्मक, आणि जिचे आवाहन रहस्याला आहे ती कथा कलाशून्य असे ढोबळ समीकरण, आजच्या समीक्षकाने तरी करू नये. हे अगदी मान्य की, सर्वसामान्य माणसाचे रहस्याचे आकर्षण लक्षात घेऊन केवळ भुताखेतांच्या ढोबळ हकिगती किंवा पोलिसांच्या धरपकडीच्या गोष्टी फार मोठ्या प्रमाणात लिहिल्या जातात; कलात्मक लिहिलेल्या गूढकथा मूठभरच. परंतु त्यामुळे 'गूढकथा' या कथाप्रकाराचेच मोल कमी होण्याऐवजी, ज्या मूठभर चांगल्या गूढकथा असतील, त्यांचेच मोल वाढत नाही काय? परंतु होते काय की, कधीकधी एका सर्वसाधारण हिशेबानेच मत बनवले जाते. उदाहरणानेच बोलायचे झाले तर 'सत्यकथा'– सारख्या उच्च मासिकातील कथेला चटकन 'कलात्मक' म्हटले जाईल, परंतु नारायण धारपांच्या एखाद्या कथेचा उल्लेख कलेच्या संदर्भात सहसा होणार नाही. प्रत्यक्षात मात्र, उत्तम कथेच्या कसोटीला उतरतील अशा किती तरी कथा नारायण धारपांनी लिहिलेल्या सापडतील.

मुद्दा एवढाच की गूढकथा ही केवळ अतार्किक घटनांवर आधारलेली असते म्हणून तिचे मोल कमी ठरू नये. तिच्यातील रहस्याचा उपयोग लेखकाने कसा केला आहे हे पाहणे महत्त्वाचे. इब्सेनच्या 'डॉल्स हाऊस' या जगप्रसिद्ध नाटकाच्या केंद्रस्थानी घटना आहे ती वडिलांच्या मृत्यूनंतर केलेल्या बनावट सहीची, आणि त्या सहीचे भांडवल करून देण्यात आलेल्या धमकीची. म्हणजे एखाद्या तिसऱ्या दर्जाच्या रहस्यकथेला शोभेल अशी ही घटना. परंतु तिचा उपयोग अशा रीतीने केला गेला की, त्यातून एका जगन्मान्य कलाकृतीची निर्मिती झाली! संथ, कलात्मक, सूचक, वास्तवदर्शी वगैरे वगैरे चित्रपट

काढणारे कलावंतही आल्फ्रेड हिचकॉक या रहस्यपटकाराला श्रेष्ठ मानतात, यात काय ते समजावे. उत्तम रहस्यपटांत चांगले व्यक्ति-चित्रण व मनाची पकड घेणाऱ्या कथानकाबरोबरच उत्कृष्ट वातावरण-निर्मिती, रहस्य निर्माण करण्याचे कसब, आणि या साऱ्याची एक स्वतंत्र आकर्षक शैली लागते. उत्तम रहस्यकथेलाही या सर्व गुणांची आवश्यकता असते.

अर्थात हे सगळे 'गूढकथा' या प्रकाराविषयी तात्त्विक चिंतन झाले. माझ्या कथेसंबंधी नव्हे, तिच्यासंबंधी मी स्वतःच काय लिहावे? ज्याचा कुठल्याही गूढ प्रकारावर विश्वास नाही, अशाही माणसाला हे पुस्तक सबंध वाचावेसे वाटेल एवढीच माफक अपेक्षा मी माझ्या या कथासंग्रहाकडून ठेवतो.

— रत्नाकर मतकरी

अनुक्रमणिका

꧁ कबंध ꧂

काळाभोर उंच डोंगर. त्याच्या माथ्याआडून सावकाश उगवणारा प्रचंड केशरी चंद्र. हळूहळू चंद्र वर येतो. त्याचा केशरी रंग फिकट होऊ लागतो.

डोंगराची कडा चांदण्याने न्हाऊन निघते. झाडांच्या एका काळ्याभोर समुदायातून चांदण्याच्या किमयेने असंख्य चित्रविचित्र आकृती भुतासारख्या प्रकट होतात.

डोंगराच्या पायथ्याशीच एक टुमदार, देखणा बंगला. फाटकावरच्या दिव्याच्या मंद प्रकाशात गाढ झोपी गेलेला.

बंगल्याच्या पाठीमागच्या बाजूला एक खोल दरी. दरीमधून उठणारे धुक्याचे लोट.

चंद्र आता बराच वर आलेला. पूर्ण चंदेरी.

सारे चित्र स्तब्ध, फक्त हलकेच वर येणारे धुक्याचे लोट.

– एक ॲम्बॅसेडर बंगल्याशी थांबते.

आउटहाऊसमधला माळी खडबडून जागा होतो. फाटक उघडतो.

प्रत्यक्ष मालकांची मुलगी – मधुरा! आणि बरोबर तिचा नवरा- काल तर लग्न झाले! आणि आज मंडळी इथे!

''आमचं जेवण झालंय वाटेत. आता काही लागणार नाही. तू झोप. सकाळी लवकर ये.'' एवढे बोलून मधुरा कार लॉक करते आणि किल्ल्या खुळखुळावीत बंगल्याशी जाते.

तिच्या पाठोपाठ तिचा नवरा रवी. भारावलेला.

काय झकास बंगला आहे!

साला माणसाने चैन करावी तर अशी!

जन्मभर या बंगल्यात मालकाचा जावई म्हणून रुबाबाने येता-जाता येईल.

पंधरा दिवसांच्या सहवासात प्रेमविवाह करून पार! असे पाहिजे! प्रेम करायचे मधुरासारख्या श्रीमंत बाहुलीवर!

आणि मधुचंद्र करायचा तर तो अशा सुंदर बंगल्यात!

बेडरूम!

लाल लाल मखमली बिछाना! प्रशस्त! त्याला नक्षीकाम केलेली सोनेरी पाठ. एखाद्या सिंहासनासारखी! एक्सलंट! आजची रात्र जन्मभर लक्षात राहिली पाहिजे!

"ये ना डार्लिंग –" आतुर झालेली मधुरा.

अंगात नुसता सॅटिनचा परकर आणि तंग काचोळी. जणू ती सोडायचेच निमंत्रण दिल्यासारखी पाठमोरी मधुरा.

बोलावल्यावर लगेच जाण्यात गंमत नाही. आतुरता वाढवायला हवी. रवी व्हिस्कीची बाटली काढतो. बाटलीवरच बसविलेल्या ग्लासमध्ये व्हिस्की ओततो. नीट व्हिस्की – सोडा नको, पाणी नको! किक् अगदी डोक्यात भिनली पाहिजे.

ही रात्र कायम ध्यानात राहिली पाहिजे!

"प्लीज डार्लिंग – डोन्ट ड्रिंक!" मधुरा लाडात बोलते.

लबाड आहे! मी थोडीफार प्यायलाच हवी आहे तिला. तरच रात्री मजा येणार आहे! शुद्ध हरपणार आहे! माझे पिणे पटले नाही, तर अशी मांजरीसारखी लाडात गुरगुरणार नाही. सरळ हातातून बाटली काढून घेईल!

मी चांगला ओळखून आहे तिला! बापाच्या श्रीमंतीची गुर्मी आहे!

का असू नये? मला नाही माझ्या सुंदर चेहऱ्याचा गर्व?

"टू अवर फर्स्ट नाईट –" रवी एकटाच ग्लास तोंडाला लावतो. मधुरा रागावण्याचे नाटक करीत दुलई तोंडावर ओढून घेते.

रवी दिवा मालवतो.

त्याबरोबर खिडकी डोळ्यांत भरते. दरी चांदण्यात नहात असते. धुक्याचे लोट उठत असतात. व्हिस्की शरीरात भिनत असते.

धिस इज लाईफ! – रवी स्वतःवर विलक्षण खूष आहे.

तो बिछान्यात अंग टाकतो. मधुराला जवळ ओढतो.

ती प्रतिकाराचे नाटक करते.

तो बळजबरीने तिची चुंबने घेतो. ती व्हिस्कीच्या वासाला नाक मुरडते. खोटेखोटे. तो तिचे पांघरुण काढून टाकू लागतो. ती ते छातीशी गच्च धरून ठेवते. "यू ब्रूट – यू बीस्ट" म्हणत खिदळते. तो, तिने छातीशी धरलेली दुलई खेचू लागतो –

आणि एकाएकी स्तब्ध होतो.

बाहेरचे फाटक उघडले जात आहे – कर्र कर्ररर –

"काय झालं डार्लिंग?" मधुरा विचारते.

"कुणी तरी येतं आहे.'' तो कान देऊन ऐकत राहतो.

आता दगडी वाटेवर पावले वाजू लागतात.

"ऐक –'' तो म्हणतो.

"तुला भास होतोय डार्लिंग – चल, झोपायला ये.'' ती त्याला जवळ ओढते. दुसऱ्याच क्षणी तो सारे भान विसरून जातो. जाणीव उरते ती फक्त शरीराची आणि त्याला हव्या असलेल्या जवळिकीची – जवळ आणखी जवळ.

आणि एवढ्यात बाहेरच्या दरवाजावर थाप बसते.

"ऐकलंस?'' तो खडबडून उठत म्हणतो.

"यू आर ड्रंक डार्लिंग.'' ती त्याला पुन्हा झोपवते. "कोणीही आलेलं नाही. निदान मी तरी काही ऐकलेलं नाही आणि आलं तर बाहेर माळी आहेच ना?'' ती म्हणते.

तो नुसताच पडून राहतो. निश्चल.

ती त्याला एक-दोनदा जवळ ओढण्याचा प्रयत्न करते.

पण त्याचे कान बाहेरच्या आवाजाकडे लागलेले असतात.

मग तिचाही विरस होतो.

बाहेरच्या थापा वाढत असतात.

"ऐक, नक्की कुणीतरी आलंय.'' तो तिला हलवीत म्हणतो, "एवढ्या जोरजोरानं दार ठोठावतंय, आणि तुला ऐकू येत नाही – यू आर डेफ.'' तो उठतो.

"कुठं चाललास?''

"मी दरवाजा उघडतो.'' तो जाऊ लागतो.

"रवी –'' ती हाक मारते.

पण तो ऐकत नाही.

बाहेर जातो. दार ठोठावणे आता स्पष्ट ऐकू येते.

तो दरवाजा उघडतो.

दारात एका स्त्रीची पांढरीशुभ्र आकृती उभी असते.

मात्र तिला मुंडके नसते, आणि अंगावर रक्ताचा शिडकावा असतो.

शुद्ध हरपून रवी तिथल्या तिथे कोसळतो.

तो पडल्याचा आवाज ऐकून मधुरा बाहेर धावत येते. माळीही येतो.

त्या दोघांना फक्त खाली पडलेला रवी दिसतो.

दुसरा सबंध दिवस रवी तापाने फणफणत असतो.

मधुरा मनातल्या मनात वैतागलेली असते. हे काय खूळ रवीने काढले? तिला न ऐकू आलेले ठोठावणे त्याने ऐकले कसे, नको सांगितले असताना दार

उघडले कशाला, आणि त्याला दिसले तरी काय, हेच तिला समजत नाही. त्यातून धड काही सांगण्याइतका तो शुद्धीतही नसतो. फक्त अधूनमधून तो ''मालती, मालती'' असे एक नाव घेतो. हा 'मालती' प्रकार काय, या संशयानेही ती गांजून गेलेली असते.

अखेरीस ती पोस्टात जाते आणि मुंबईला आपल्या डॅडींना ट्रंककॉल करते. डॅडी ''त्याला ताबडतोब मुंबईला घेऊन ये,'' असा सल्ला देतात.

एवढे सगळे होऊन रवीचा ताप निघेपर्यंत आणि तो थोडा माणसात येईपर्यंत संध्याकाळ झालेली असते. काळोखात गाडी काढून मुंबईला जाणे मधुराला कठीण वाटते.

तेव्हा रात्र बंगल्यातच काढायची असे नाइलाजाने ठरवावे लागते.

कुठल्या तरी मांत्रिकाचा अंगारा घेऊन माळी आलेला असतो.

रवी आता थोडा थोडा बोलू लागलेला. तुटक तुटक वाक्यातच तो आपल्याला दिसलेल्या प्रकाराचे वर्णन करतो, ''हा बंगला झपाटलेला आहे का?''

''छ्या!'' माळी छातीवर हात ठेवून सांगतो, ''आज इकती वर्सं म्या हाये हतं, पन असलं वाईट वंगाळ म्या जल्मात पाह्यलेलं नाय.''

अंगारा लावून माळी जातो.

रात्र वाढत जाते. रातकिडे किरकिरू लागतात.

स्टेशनजवळच्या हॉटेलमधून मागवलेले जिन्नस खाऊन दोघेही बिछान्यावर अंग टाकतात.

सगळ्या मधुचंद्राची चवच गेलेली असते.

दिवसभराच्या काळजीने थकून गेलेली मधुरा बिछान्यात अंग टाकताच गाढ झोपी जाते.

रवी मात्र या कुशीवरून त्या कुशीवर तळमळत राहतो.

त्याला आठवत राहते, पहिल्या लग्नाच्या मधुचंद्राची रात्र

नको म्हटले तरी आठवणी पुन:पुन्हा जमून येतात मधमाशांचे पोळे फुटावे तशा...

मालतीबरोबर त्याचे लग्न ठरले, तेव्हा भरपूर हुंडा मिळणार, म्हणून तो खुशीत होता.

एवढ्यात कळले की, मुलीला फिट्स येतात.

त्याचे मामा मुलीच्या वडिलांना जाऊन भेटले. ''लग्न मोडू या'' म्हणाले. मालतीच्या वडिलांनी गयावया केल्या. ''कसेही करा, पण मुलीला पदरात घ्या,'' म्हणाले. त्यांनादेखील कुठून तरी आपल्या जिवाचा घोर जायलाच हवा होता.

रवीच्या मामांनी हुंडा पाच हजारांनी वाढवून मागितला. फिटस्ची किंमत म्हणून.

मालतीच्या वडिलांनी तो दिला.

लग्न थाटामाटात झाले.

रवी रातोरात बायकोला फ्लॅटवर घेऊन गेला. त्याला फार जवळचे, अगदी घरातले कुणीच नव्हते. इतर नातेवाइकांची सोय लागलेली होती.

ब्लॉक रिकामाच होता. हौसेला आणि रीतींना फाटा देऊन रवीने बायका- मंडळींची अडगळ आधीच दूर केली होती. बायकामंडळी नाखूष होती. दारात ओवाळायलादेखील बाईमाणूस नसावे, हे खुद्द मालतीलाही विचित्र वाटले.

पण रवीचा स्वभाव हेकट! मनात येईल ते करण्याचा. त्याने मनात घेतले की, कोणी त्याला विरोध करीत नसे.

उंबरठ्यावरचे मापदेखील न लवंडता मालती घरात आली.

रवीचे हात नुसते शिवशिवत होते. सगळे शरीर उतावीळ झाले होते. घिसाडघाई करून त्याने मालतीला बिछान्यावर ढकलले.

तिच्या तोंडातून एक चीत्कार निघाला. दुसऱ्या क्षणी तिने मान टाकली.

रवी घाबरला, "काय झालं मालती?" असे विचारू लागला.

पण मालती शुद्धीवर नव्हती. तिचा चेहरा तांबडा लाल झाला होता. डोळे तारवटले होते. त्यांच्यात नजर नव्हती. तोंडातून फेस गळत होता आणि ती हातपाय झाडत होती. बांधून ठेवलेले जनावर सुटण्याची धडपड करते, तसे करीत होती. तोंडाने 'हा हा हा हा' करून धाप लागल्यासारखी श्वास घेत होती.

रवीने तिच्या तोंडावर पाणी मारले, तिचे हातपाय धरून ठेवले; पण काही उपयोग नाही.

जवळ जवळ पाच मिनिटे हा प्रकार चालला; पण रवीला कित्येक तास होऊन गेल्यासारखे वाटले. अखेरीस जसा आला, तसाच एकाएकी तो झटका गेला, आणि मालती शुद्धीवर आली.

गेल्या पाच मिनिटांत काय झाले, यातले काहीही तिला आठवत नव्हते.

"तुला फिट आली होती." ती शुद्धीवर येताच रवीचा सगळा संताप उफाळून आला. "नेहमी अशाच फिटस् येतात का तुला?"

प्रथम ती काहीच बोलली नाही. तिला विलक्षण थकवा आला होता.

पण त्याने पुन:पुन्हा खोदून विचारले, तेव्हा ती खोल आवाजात म्हणाली, "बाबा म्हणाले, की तुम्हाला माहितेय."

"अरे वा! शहाणेच आहेत तुझे बाबा माहीत असलं म्हणून मी काय वाटेल ते चालवून घेईन असं वाटलं की काय त्यांना? चल माझ्याबरोबर." तो ओरडला.

"कुठं जायचं?" ती घाबरून म्हणाली.

"तुझ्या बापाकडे. असलं सोंग माझ्या घरात नको." त्याने तसेच दरदरा ओढीत तिला खाली नेले. टॅक्सी थांबविली आणि तो सासऱ्यांच्या घरी गेला.

ती टॅक्सीतून उतरताच त्याने दरवाजा लावून घेतला आणि ड्रायव्हरला म्हणाला, "चलो वापस."

काय झाले असेल त्या क्षणी तिचे? रवीच्या डोक्यात माश्या घोंगावत राहतात.

ती क्षणभर तशीच उभी राहिली असेल. लग्नाच्या रात्री आपल्याला सोडून जाणाऱ्या नवऱ्याच्या टॅक्सीकडे तिने एकवार पाहिले असेल, मनातल्या मनात एखादी शिवीदेखील उच्चारली असेल.

मग तिला समोर दिसले असेल, वडिलांचे घर! आता निजानीज झाली असेल. त्यातून घरात पाहुणेमंडळी! एक उठला, तर सगळी जागी होतील. मग चर्चा! तोंडातोंडी हाच विषय – नवरी मुलगी परत आली!

तिने परत वळून पाहिले असेल. रात्रीची वेळ – निर्जन रस्ता! जाणार तरी कुठे?

कुणी काहीही म्हणो, हे माझ्या वडिलांचे घर आहे – वडील मला दूर लोटणार नाहीत.

नाइलाजानेच ती पुढे झाली असेल –

– दरवाजाची कडी वाजवली असेल –

खळ् खळ् – खड् खड् –

बाहेर कुणी दरवाजा वाजवते आहे –

प्रथम दबकत, मग वाढत्या आवाजात.

म्हणजे पुन्हा कालच्या रात्रीसारखेच –

रवीच्या अंगावर शहारे येतात.

तो पांघरूण डोक्यावरून ओढून घेतो; पण आवाज थांबत नाही. दार ठोठावण्याचा आवाज – हात नाही – हाक मारता येणे शक्यच नाही – पण तरीही हाक मारल्या-प्रमाणेच अगदी घाईघाईने, आतुरतेने, पुन:पुन्हा, जोरजोरात –

कोण ठोठावते आहे?

रवी अंथरुणात उठून बसतो. त्याला ते ठोठावणे असह्य होते.

कोणालाच कसे ते ऐकू येत नाही? कोणीच का दार उघडीत नाही?

नाही – दार आपल्यालाच उघडायला हवे. ते ठोठावणे आपल्यासाठी आहे – जे कोणी आले आहे, ते आपल्याला भेटण्यासाठी.

रवी धडपडत उठून जाऊ लागतो. दरवाजाच्या दिशेने.

थंडगार फरशीवरून चालत तो दरवाजाशी येतो.

दरवाजावरचे ठोठावणे आता कानठळ्या बसतील एवढे वाढले आहे. रवी दार उघडायला पुढे होतो.

आणि अचानक त्याच्या अंगाभोवती विळखा पडतो. दोन हातांचा.

''दार उघडू नका – माझी शपथ आहे – प्लीज दार उघडू नका –'' मधुरा त्याला विनवीत असते.

कशीबशी ती त्याला दरवाजापासून लांब खेचते. दाराकडे बघतबघतच तो परत फिरतो.

आश्चर्य म्हणजे दारावरचे ठोठावणे आपोआप कमी होते.

विलक्षण थकव्यामुळे तो बिछान्यावर जाऊन पडतो. सुस्कारा टाकून मधुरा त्याच्या शेजारी अंग टाकते.

सहज त्याची नजर खिडकीकडे जाते. तो किंचाळतो.

खिडकीत ती उभी असते. ती मुंडके नसलेली आकृती! रक्ताचे डाग पडलेली पांढरीशुभ्र आकृती!

कारमध्ये रवी अगदी गप्प बसून असतो.

मधुरादेखील काहीच बोलत नाही. तिचा मधुचंद्राचा मूड तर पारच गेलेला असतो; पण का कोण जाणे, तिला रवीचाही तिटकारा वाटू लागलेला असतो.

रवीला कारमध्ये थोडे सुरक्षित वाटत असते. निदान इथे ठोठावायला दारे नसतात. कोणी येणार नसते, कोणी जाणार नसते.

...दुसऱ्या दिवशी मालतीचे वडील तिला घेऊन हजर झाले. ''काय म्हणून हिला पाठवून दिलीत तुम्ही?'' त्यांनी संतापून विचारले.

– हिला फिट्स येतात. मला असल्या मुलीबरोबर संसार करायचा नाही. मला तिची किळस वाटते.

– फिट्स येतात म्हणून तुम्ही पाच हजार रुपये जास्त घेतलेत.

– पाच हजारांनी जन्माचा प्रश्न सुटतो का?

असा वाद दोघांनीही बराच वेळ घातला. एकमेकांना दुरुत्तरे केली. जन्मभर एकमेकांचे तोंडदेखील पाहणार नाही, असा निर्धार पुनःपुन्हा एकमेकांना ऐकवला.

मालती बिचारी गुपचूप उभी होती. अवाक्षरही न काढता. आपल्यावरून ही अशी भांडणे होत आहेत, याचे तिला मनस्वी दुःख होत होते. पण नाइलाज होता.

तिचा नवरा आणि तिचा बाप – ती एखादी निर्जीव वस्तू असावी, तशी तिच्याविषयी चर्चा करीत होते. तिला काय वाटत असेल, याची दखल घेण्याची कोणालाच गरज वाटत नव्हती.

अखेरीस रवीने त्या दोघांनाही दरवाजाबाहेर ढकलले आणि दार लावून घेतले.

थोड्या वेळाने दरवाजा वाजला.

रवीने दार उघडले. तीच दारात होती.

"तू – तू अजून इथे?" तो ओरडला.

"हो – बाबा मला इथंच सोडून गेले. मी आत येऊ का?"

"नको." रवी म्हणाला आणि त्याने धाडदिशी दरवाजा लावून घेतला.

का इतके निर्दय झालो आपण त्या वेळी?

तिच्या वडिलांनी आपल्याला फसविले.

पण फसविले तरी कसे म्हणावे? – त्यांनी आधी कल्पना दिलेली होती.

काही का असेना, असले लोढणे गळ्यात बांधून घेणे, ही माझी संसाराची कल्पना नव्हती.

त्याने थोड्या वेळाने बाहेर जाण्यासाठी म्हणून दार उघडले.

ती दाराला टेकून बसली होती, ती एकदम आत कलंडली.

"तू अजून इथं का बसलीस?"

"मग कुठं जाऊ मी?"

"घरी जा."

"बाबा म्हणतात, आता हेच तुझं घर."

दोन दिवसांत ती मुलगी निराधार झाली होती. मोठ्या समारंभाने तिला साऱ्या साऱ्यांचा निरोप घ्यावा लागला होता. सगळे अंतरले होते.

कुणालाही दया यावी अशी तिची अवस्था झाली होती. कदाचित त्यालाही आली असती; पण एवढ्यात तिला पुन्हा झटका आला. घराच्या दारातच पुन्हा एकदा तो तमाशा झाला. ते हातपाय झाडणे, ते डोळे फिरविणे, तोंडाला फेस... रवीच्याने ते पाहवेना. असहायपणे तो नुसता उभा राहिला. या वेळी त्याने तिच्या तोंडावर पाणीसुद्धा मारले नाही.

ती शुद्धीवर येताच त्याने तिला दंडाला धरून टॅक्सीत घातले आणि सासऱ्याच्या दारासमोर उतरविले.

"कुठे जाऊ मी?" तिने रडत विचारले.

"पाहिजे तिथे जा. मला विचारू नकोस." तो डाफरला आणि टॅक्सी पुढे गेली.

एखादे मांजुरडे सोडून यावे, तसा तो घरी परत आला.

दुसऱ्या दिवशी पुन्हा दार ठोठावले गेले.

त्याने दार उघडले. तिला पाहताच बंद केले.

असे वरचेवर होऊ लागले.

तो संध्याकाळी घरी आला, की एखादे लोचट कुत्रे यावे तशी ती त्याच्यामागून यायची. दार ठोक ठोक ठोठावायची, जरा वेळ बाहेरच बसून राहायची आणि मग परत फिरायची.

पहिल्या पहिल्याने शेजाऱ्यांनी बोलून पाहिले, "अहो, कशाला हाल करता बिचारीचे? बाप तिला घरात घेत नाहीत. तुम्ही असे वागता जाईल कुठे पोर? त्यातून असला आजार! अहो, देव काय म्हणेल बिचारीचा छळ केलात तर? काही झालं तरी तुमची लग्नाची बायको आहे –"

पण रवीने आवाज चढवून सगळ्यांना दम दिला, "एवढा पुळका येत असेल तर तुम्ही घ्या तिला घरी ठेवून. मला उपदेश करायचं काम नाही."

सगळे गप्प बसले. पहिल्यांदा कोणी तिला घरात बोलवायचे, चहाचा घोट द्यायचे, तिचे सांत्वन करायचे, दिवस बदलतील, आशा धर म्हणायचे – पण नित्याचेच झाल्यावर लोकांनीही नाद सोडला.

ती मात्र येतच राहिली. एकटी सारे सोसत राहिली. कदाचित बापाकडेही ती अशाच चकरा मारीत राहिली असेल. कुठे राहिली असेल? काय केले असेल? कधी कधी रस्त्यातही तिला फिट्स आल्या असतील –

पण रवीने तिकडे बिलकूल दुर्लक्ष केले. या बाबतीत थोडेही मऊ झालो तर हे झेंगट आपल्या गळ्यात पडेल, याची त्याला खात्री होती. तिच्या बापाने तर रक्ताचे नातेदेखील मानले नाही...

कित्येक दिवस ते ठोठावणे चालूच राहिले. कुठल्या आशेवर ती दार ठोठावीत असे कुणास ठाऊक! कदाचित पुढे पुढे केवळ सवयीनेच ती येत राहिली असेल.

कदाचित – तिच्या डोक्यावरही परिणाम झाला असेल. नाही तर एकदा नाकारल्यानंतर माणूस असे वरचेवर येऊन दार ठोठावील का?

ते दार ठोठावणे रवीच्या चांगले ओळखीचे झाले होते. ते ऐकले की त्याच्या तळपायाची आग मस्तकात जाई. तिची दया येण्याऐवजी त्याला तिचा अधिकाधिक तिरस्कार वाटत चालला होता.

आणि एकाएकी ते ठोठावणे थांबले.

प्रथम रवीला ते खरेच वाटेना.

आज ना उद्या ते पुन्हा सुरू होईल, अशा भावनेने तो वाट पाहत राहिला. एकीकडून तर त्याला ते अजिबात नकोसे वाटत होते. दुसरीकडून सवयीने मन त्याची वाट पाहत होते.

अखेरीस ते खरोखरच थांबले आणि रवीने सुटकेचा निःश्वास टाकला. मालती यायची बंद झाली. कायमची.

कार थांबलेली असते.

"चल, आपण कॉफी पिऊ या." मधुरा सांगत असते.

तिचे म्हणणे रवीच्या डोक्यात शिरायलाच थोडा वेळ लागतो.

"उघड ना दार – " ती सांगत असते.

दार? दार उघडायचे?

– टॅक्सीचे दार उघडले आणि तिला जवळजवळ बाहेर ढकलूनच दिले. ती रडत-रडत म्हणाली, "मी कुठे जाऊ?" आपण म्हटले, "पाहिजे तिथे." आणि दार बंद करून घेतले. ..

"असं काय करतोस? दार उघड – "

रवी मुकाट्याने दार उघडतो.

आणि समोरच ती उभी असते. पांढरीशुभ्र आकृती. शीर नसलेले नुसते पांढरेशुभ्र धड. अंगावर रक्ताचे डाग –

रवी भेदरलेल्या प्राण्यासारखा मागे मागे सरकू लागतो –

"आता काय झालं?" मधुरा त्रासून विचारते.

रवी तिकडे बोट दाखवतो.

"यात काय घाबरण्यासारखं आहे? हा पांढरा टेबलक्लॉथ आहे स्टँडवर धुवायला ठेवलेला. त्याच्यावर टोमॅटो केचअपचे डाग पडलेत म्हणून!" एखाद्या लहान मुलाची समजूत घालावी, तसे मधुरा त्याला सांगते.

हॉटेलमधले लोक या जोडप्याकडे पाहत राहतात. एक देखणी, फॅशनेबल तरुणी आणि तिच्याबरोबर तिचा हात धरून, तिच्या आधाराने चालणारा, हरवल्यासारखा, आजारी तरुण.

मधुरा शरमिंदी होते. कुठून इथे कार थांबवली असे तिला होऊन जाते...

ती कशीबशी कॉफी संपवते. रवी आपल्याच विचारात इतका गढून गेलेला असतो की, त्याला धड कॉफी पिणेही जमत नाही. अर्धवट सांडत सांडत तो कॉफी पितो.

– दिवसचे दिवस ती येऊन बसायची. दरवाजाला टेकून. एकदा ती गेली असे वाटून दार उघडले, तर ती आतच कोसळली...

"कसला विचार करतोस एकसारखा? बोल ना काहीतरी – " मधुराला आता त्याची भीती वाटू लागली आहे. एकदा मुंबईला पोहोचलो आणि ही ब्याद डॅडींसमोर नेऊन टाकली की सुटलो...

त्यातून लोक चमत्कारिक नजरेने पाहताहेत –

"तू जा. गाडीत जाऊन बैस. मी येतेच बिल देऊन." असे म्हणून ती त्याला पाठवून देते. वेटरला बोलावते. "जल्दी बिल लाव" सांगते.

अस्थिर पावले टाकीत रवी गाडीपाशी येतो.

गाडीचे दार उघडतो.

आणि एकदम काही तरी धाडकन त्याच्या पायावर पडते.

तो किंचाळतो. डोळे विस्फारून पाहतो.

त्या पांढऱ्याशुभ्र आकृतीचे उघडे पडलेले हातपाय राखाडी सांगाड्याचे असतात. अंगावर रक्ताचा शिडकावा झालेला असतो.

पाहता पाहता ती आकृती उठून उभी राहते. हातापायांची हाडे पांढऱ्या वस्त्रात झाकली जातात.

मोठमोठ्याने किंचाळत रवी पळून जातो.

त्याच्या किंकाळ्या ऐकून मधुरा धावतच बाहेर येते. लोक जमा होतात.

पण रवीचा पत्ता नसतो.

जमलेल्या लोकांच्या चर्चेकडे लक्ष न देता मधुरा त्याला शोधू लागते.

हॉटेलच्या पाठमागच्या बाजूस उभ्या करून ठेवलेल्या बांबूच्या जुड्यांमध्ये, हात गच्च जुळवून रवी पाठमोरा उभा असतो. आत्यंतिक भीतीने लहान मुलासारखा स्फुंदत.

ती जवळ जाते तेव्हा तो क्षणभर बिथरलेल्या जनावरासारखा बुजतो. ती नानापरींनी समजूत घालते – पण तो गाडीत बसायला तयार होत नाही.

अखेरीस, मोठ्या मिनतवारीने ती त्याला गाडीत बसविते. गाडी मुंबईच्या दिशेने धावू लागते.

"मला या माणसाबरोबर संसार करायचा नाही. अहो, एकसारखे जर याला असले झटके यायला लागले, तर मी काय करू?"

– कुठे ऐकली आहेत बरे आपण ही वाक्ये?

अगदी ओळखीची वाटतात.

ओळखीची, स्वत:च बोलल्यासारखी –

बरोबर – आपणच असे बोललो. मालतीच्या वडिलांकडे.

"मला तिच्याबरोबर संसार करता येणार नाही –"

मग आता हे कोण बोलते आहे?

हा तर मधुराचा आवाज.

पलीकडच्या खोलीत मधुरा तिच्या डॅडींशी बोलत आहे.

"धीरानं- जरा धीरानं घे." डॅडींचा आवाज... "ही इज इल. वुई मस्ट ट्रीट हिम लाईक अ सिक परसन." शांत, धीरगंभीर स्वर.

कुठे आहोत आपण? मधुराच्या घरात...

"ही इज इल!" काय झाले आहे आपल्याला? सगळे तर स्वच्छ समजते आहे –

काल रात्री रवीला कसले भास झाले नाहीत. झोपेच्या गोळ्या देऊन गाढ झोपविले होते.

त्याला हळूहळू जाग येते. हुशारी वाटू लागते.

एवढ्यात दारावर टक्टक् होते. पुन्हा तेच. दरवाजावर टक्टक्. आता ती वाढत जाईल. मोठमोठ्याने थापा पडू लागतील. दार उघडणे भाग पडेल आणि मग –

रवी पांघरूण डोक्यावर ओढून घेतो.

पण टकटकीच्या पाठोपाठ दरवाजा ढकलला जातो.

डॅडी आत येतात.

त्यांच्या चाहुलीने रवी पांघरूण दूर करतो.

"बरं वाटतंय का आता?" सस्मित, शांत प्रश्न; पण त्यामागे काहीतरी शोधण्याचा बेरकीपणा. निदान रवीला तसा भास होतो.

"हो." एवढेच उत्तर तो देतो.

काय झाले या तरुणाचे? गेल्याच आठवड्यात कसा उमदा, रुबाबदार वाटत होता? त्याच्या प्रत्येक हालचालीत आत्मविश्वास होता –

आणि हा – हा घाबरलेला, कुठे तरी शून्यात पाहणारा – दुसराच कुणीतरी हरवलेला माणूस –

पण या वेळेस त्याला नुसती दया दाखवून चालायची नाही. नाहीतर कायमचे हे लोढणे गळ्यात येईल!

सारे काही आधी माहीत करून घेतले पाहिजे...

"तुम्ही झोपेत मालतीचे नाव घेता. मालती कोण?" डॅडी शांतपणे, पण ठामपणे विचारतात.

सांगावे का यांना?

न सांगून चालणार नाही; पण सांगितले तर इतके दिवस लपवून ठेवल्यासारखे होईल –

"मला काही झालेलं नाही. मी बरा आहे. मला सगळं नीट समजतंय." रवी विषय टाळतो.

दारात मधुरा येऊन उभी.

– फक्त सगळ्या गोष्टींची भीती वाटते. ती खोचून म्हणते.

"मालती कोण?" डॅडी पुन्हा विचारतात.

"माझी पहिली बायको; पण ती वारली."

डॅडी आणि मधुरा – दोघांनाही धक्का बसतो.

ती वारली.

यात काही खोटे नाही.

तिचे दार ठोठावणे एकदम बंद झाले.

त्यानंतर काही दिवस गेले .. ..

आणि एके दिवशी –

रेल्वे स्टेशनवर बोलावणे आले.

स्टेशनमास्तरने चौकशी केली. त्यांच्या टेबलावर एक लेडीज पर्स होती. पर्समध्ये सापडलेल्या व्हिजिटिंग कार्डवर मिळालेल्या पत्त्यावरून त्यांनी बोलावले होते.

लग्नाआधी मालतीच्या वडिलांना दिलेले ते कार्ड – संबंध संपला असताही तिने जपून ठेवले होते –

रेल्वेखाली सापडून मरण पावलेल्या स्त्रीच्या जवळ ती पर्स सापडली होती. प्रेताची ओळख पटवून घेण्यासाठी रवीला बोलावण्यात आले होते.

रेल्वे पोलिसाबरोबर रवी त्याने दाखविलेल्या खोलीत गेला. स्ट्रेचरवरची पांढरी चादर पोलिसाने दूर केली.

पांढरीशुभ्र साडी – तिच्यावर रक्ताचा शिडकावा –

फक्त धड – मुंडके नसलेले.

मुंडक्याचा पार चेंदामेंदा होऊन गेल्याचे कळले.

मालतीच्या कबंधाची ओळख पटवून रवी घरी आला.

संपले. एक प्रकरण संपले. आजवर मनात ठुसठुसत राहिलेले एक दुखणे संपले. लग्नबंधन तुटले. आता तो कुठल्याही कायद्याच्या कचाट्यात सापडणार नव्हता. तो मोकळा होता – संपूर्ण मोकळा. तो पुन्हा लग्न करू शकत होता. नवे आयुष्य सुरू करू शकत होता...

आणि फार दिवस वाट न पाहता त्याने ते केलेच.

"आय. सी." डॅडी विचारमग्न होऊन म्हणतात, "आणि या मालतीचं पिशाच्च मधुचंद्राच्या रात्रीपासून तुमच्या मागे लागलंय. धिस इज टेरिबल."

"काहीही असो डॅडी. झपाटलेल्या माणसाबरोबर मला संसार करायचा नाही. शिवाय त्यानं मला फसवलंय. आपलं एक लग्न होऊन गेल्याचं त्यानं माझ्यापासून लपवून ठेवलंय. मला या माणसाचं तोंडदेखील बघायचं नाही. तुम्ही आपल्या सॉलिसिटरला सांगा. मला शक्य तेवढ्या लवकर डायव्होर्स हवा."

ताडताड बोलून मधुरा खोलीबाहेर जाते. तिच्यामागोमाग खांदे उडवून डॅडीही जातात. रवीकडे दृष्टिक्षेपही न टाकता.

रवीचे डोळे पाण्याने भरून येतात.

जग इतके निर्दय का?

माणसे – आपली म्हणवणारी माणसे – दुसऱ्याला वाऱ्यावर सोडून का जातात?

दुसऱ्यांना उकिरड्यावर फेकून का चालती होतात?

मालती – तुझा आत्मा आता शांत झाला असेल! तुझ्यावर झालेल्या अन्यायाची आता परतफेड झाली असेल!

मालती तुझ्या कबंधावर शीर नाही हेच फार चांगले. नाही तर त्यावरचे कुत्सित हसू आता मला पाहवले नसते!

रूळ. रेल्वेचे रूळ...

त्यावरून धडधडत जाणारी रेल्वे –

रेल्वेसमोर अंग झोकून देणारी मालती

धडधडत जाणारी रेल्वे –

रवी हळूहळू जागा होतो. रेल्वेचा आवाज अजूनही ऐकू येत आहे; पण तो दूर-वर जात पुसट होतो... मग अजिबात ऐकू येईनासा होतो. पुन्हा शांतता पसरते –

आपण कुठे आहोत?

पांढऱ्याशुभ्र चादरी. पांढऱ्याशुभ्र भिंती. एकेक करता रवीला सारे काही आठवू लागते.

हे हॉस्पिटल आहे. काल आपल्याला इथे आणून ठेवले.

पण का? आपले डोके शाबूत आहे. सगळे तर कळते आहे. काल तर आपण डॉक्टरांशी थोडावेळ गप्पादेखील मारल्या.

हॉस्पिटलमध्ये येताना वाटेत रेल्वेचे रूळ लागले. त्यांनाही आपण घाबरलो नाही.

आपण रुळांना घाबरत नाही. त्यांनीच तर आपली मालतीपासून सुटका पण खरेच का आपली मालतीपासून सुटका झाली?

मालतीचे पिशाच्च आपल्या मागे लागले तर त्याला डॉक्टर कसे थांबवणार? आपण तिच्याशी निर्दयपणे वागलो. आता या छळातून आपली सुटका नाही. डॉक्टर काय करणार?

डॉक्टर म्हणतात, की तुला दरवाजाची भीती वाटते ना? आपण ती काढून टाकू.

(पण दरवाजा ठोठावणारे ते कोणी तरी? डॉक्टर त्याला काय करू शकणार?) म्हणून त्यांनी या खोलीचा दरवाजा उघडाच ठेवला आहे. म्हणजे तो कोणी ठोठावायलाच नको.

मधुराचे डॅडी आपल्याला वाटले तसे निर्दयी निघाले नाहीत. त्यांनी निदान आपल्याला या हॉस्पिटलमध्ये ठेवले. आपण मालतीसाठी एवढे केले असते तर

तर आज तिच्या आकृतीचे भय वाटले नसते.

सगळीकडे किती शांत आहे!

हॉस्पिटलच्या घड्याळ्यात बाराचे टोले पडतात.

रवी डोळे तारवटून दरवाजाकडे पाहत राहतो.

उघड्या दरवाजातून आकाशाचा तुकडा दिसतो... आकाशात चंद्र. केशरी रंगाचा.

हवेत गारठा आहे.

रवीला झोप येत नाही.

दरवाजा उघडाच आहे. त्याचे एक दार हलकेच मागेपुढे होते. कर्र कर्र रवी अंथरुणात उठून बसतो. नाही – घाबरण्यासारखे काही नाही.

पण एकदा पाहून यावे. दरवाजाबाहेर कुणी आहे का ?

नाही. वॉचमनशिवाय कुणीच नाही.

रवी निर्धास्त होऊन वळतो.

आणि एकाएकी थिजून जातो.

खोलीतल्या दाराचे एक तावदान निखळले आहे आणि त्यात

मालतीचे मुंडके – त्याला पाहून हसणारे –

रवी तिकडे पुन्हा पाहूच शकत नाही. तो उघड्या दारातून बाहेर पडतो.

वॉचमनचा आरडाओरडा त्याला थांबवू शकत नाही.

तो रडत, ओरडत, किंचाळत पळत सुटतो. अमानुष वेगाने, जिवाच्या आकांताने.

बगीचा ओलांडून, कुंपण ओलांडून तो रेल्वेलाईन गाठतो.

पिसाट वेगाने रेल्वेलाईनमधून धावत राहतो...

आपण कुठे जात आहोत हे त्याला समजत नाही... पण दूर दूर... मालतीच्या पिशाच्चापासून दूर...

धडधडाट ऐकू येतो.

समोरून येणाऱ्या आगगाडीच्या प्रकाशाची तिरीप पडते.

डोळे दिपल्यासारखे होऊन तो मागे वळतो –

त्याच्या पाठीशीच ती उभी आहे. पांढरीशुभ्र आकृती. रक्त सांडलेली. मुंडके नसलेली.

पण ती मालतीचीच आहे हे त्याला चांगले माहीत आहे – आत्ताच नव्हते का त्याने मुंडके पाहिले?

या भयानक आकृतीपासून दूर जायला हवे –

कुणाचा तरी आसरा घ्यायला हवा, आधार हवा.

गाडीचा धडधडाट कर्णकटू होतो. मग ब्रेक लागतात. गाडी थांबते; पण फार उशीर झालेला असतो.

स्टेशनवर धावत आलेल्या, हॉस्पिटलमधील मंडळींच्या ताब्यात रवीचे प्रेत दिले जाते.

शरीराचे दोन तुकडे झालेले. धड एका बाजूला. मस्तकाचा पार चेंदामेंदा.

"टेरिबल गिल्ट कॉम्प्लेक्स!" दुसऱ्या दिवशी डॉक्टर डॅडींना सांगतात, "आपण मालतीवर केलेल्या अन्यायाची रुखरूख त्याच्या मनात खोलवर होती. ती कितीही गाडली तरी दुसरं लग्न करताच उफाळून आली. रेल्वे ॲक्सिडेंटमध्ये दिसलेल्या कबंधाचा त्या भावनेनं आकार घेतला. सगळीकडं ते कबंध त्याला दिसायला लागलं. नथिंग सरप्राइजिंग! अहो, पिशाच्चं कसली? माणसाच्या मनातच इतक्या भयंकर गोष्टी दडलेल्या असतात की, त्यांतून कसलीही पिशाच्चं आकार घेऊ शकतात."

"आर यू शुअर डॉक्टर, की रवी ज्याला घाबरत होता, त्यात पिशाच्चांचा अंश नव्हता?" डॅडी विचारतात.

"हंड्रेड परसेंट शुअर. अहो, मालतीचं पिशाच्च होणं शक्यच नाही; कारण ती जिवंत आहे."

"काय म्हणता?"

"हो. याच रुळांमध्ये तिनं आत्महत्येचा प्रयत्न केला, पण तो फसला. तिला वाचवण्याच्या प्रयत्नात दुसरी एक बाई मेली, आणि खेचाखेचीत मालतीची पर्स रुळांत पडली. मी तिला इथं ॲडमिट केलं ते केवळ तिची अवस्था पाहून. आत्यंतिक निराशेनं तिच्या डोक्यावर परिणाम होऊ लागला होता, आणि फिटस्‌चं प्रमाणही वाढलं होतं. आता मात्र ती चांगलीच सुधारतेय."

"तीच रवीची बायको हे माहीत असताना तुम्ही दोघांची भेट का घडवली नाही?"

"अहो, मला तरी काय कल्पना? सारख्या केसीस पुष्कळ असतात. आणि कल्पना आली तेव्हा फार उशीर झाला होता."

'केव्हा कल्पना आली?'

रवी गाडीखाली सापडल्यानंतर मालतीनं त्याचा चेहरा नीटसा पाहिला नव्हता. त्याला ओळखलं नव्हतं. माझ्याकडे आली, म्हणाली "डॉक्टर, निखळलेल्या तावदानातून मी नुसतं शेजारच्या खोलीत पाहिलं, तर तिथला पेशंट रडत ओरडत, किंचाळत, पळून की हो गेला!"

♦

ॐ श्रीमंत ॐ

मध्यरात्रीला फारसा अवकाश नाही.

सारे शांत झालेले. रस्त्यावरची वर्दळ थांबलेली.

दूरवरून भजनाचा ध्वनी वाऱ्यावरून वाहत येतो, तेवढाच. तेदेखील शब्द नव्हेत. नुसती टाळमृदुंगाची धून – झिन्-छक् झिन् छक्.

चाळीच्या व्हरांड्यात झोपलेल्या पोरांच्या हसण्या-बोलण्याचा आवाज हळूहळू मंदावत जात संपूर्ण थांबलेला. सारे वातावरण चिडीचिप होऊन गेलेले.

आता उठलेच पाहिजे! रमाकांत स्वत:शीच म्हणतो – नाही तर तिकडे पोहोचायला उशीर व्हायचा!

खरे तर मघाच जायला हवे होते; पण रजनीशी वाद घालण्यात वेळ वाया गेला. वास्तविक रजनीशी या विषयावर बोलण्यात काही अर्थ नसतो, हे एव्हाना चांगले ठाऊक झाले आहे. आपले म्हणणे तिला कधीच पटणार नाही!

म्हणे अघोरी नाद!

यात काय आहे अघोरी? आणि इतके लोक जे तिथे येतात, ते काय मूर्ख म्हणून? स्वामी ज्याची त्याची इच्छा पूर्ण करतात. आणि 'तो!' साक्षात तोच स्वामींना वश असल्यानंतर स्वामींच्या भक्तांना काय कमी?

जायला हवे! जायलाच हवे! एव्हाना तिकडे ड्रम वाजू लागले असतील. टरर धम्! धम्! धम्!

ड्रम्सचा नाद रमाकांतच्या कानांत घुमू लागतो.

एकाएकी भजनाचा आवाज शिगेला पोहोचतो. जोरकस होतो आणि लाट फुटावी तसा एकदम खाली येऊन वातावरणात विरून जातो...

रजनीचे काय जाते नावे ठेवायला? असेना का अघोरी नाद... या दारिद्र्यापेक्षा काहीही पुरवले. घेणेकऱ्यांची तोंडे चुकवताचुकवता अर्धा जीव खलास होतो.

दिवसभर पै-पैशाचा विचार करता करता भेजा कुरतडला जातो. वाटते, या अवस्थेत जगण्यापेक्षा सरळ आत्महत्या करावी...

एका गळक्या खोलीची ही जागा. चाळीच्या ओलसर दमट-कुबट कोपऱ्यात. त्यात पसरलेली ही अंथरुणे. निव्वळ चिंध्या झालेली. म्युनिसिपालिटीच्या दिव्याचा उजेड खिडकीतून आत येतो. त्या उजेडात अंधुक दिसणारे हे दारिद्र्य पाहवत नाही...

आज ना उद्या स्वामींची कृपा झाली, तर सारे बदलेल. या चाळीचा महाल होईल.

धम् धम् – ड्रम्सचा आवाज वाढत जातो...

अंगावरचा रजनीचा हात तिला कळणारही नाही अशा बेताने रमाकांत बाजूला काढतो. तिच्या बांगड्यादेखील वाजणार नाहीत, इतक्या अलगद. काही क्षण मुळीच हालचाल न करता डोळे उघडे ठेवून तो तसाच पडून राहतो...

मग हलकेच उठून काळोखातच पँट बदलतो. शर्ट चढवतो.

कानांत ड्रम्सचा आवाज वाढतो... धम् धम् धम्...

तसाच चोरपावलांनी दाराशी जाऊन तो दार उघडतो. तरी कडीचा 'कट्' आवाज होतोच. दाराजवळच्या चपला पायांत सरकवून रमाकांत दाराबाहेर पाऊल ठेवणार, इतक्यात –

"चाललातच ना अखेरीस?" अंथरुणातून शब्द येतो.

रजनी अंथरुणात उठून बसलेली.

"एकदाच – आज शेवटचीच खेप –" रमाकांत अजीजीने म्हणतो.

"शेवटची खेप म्हणता म्हणता एके दिवशी सारं काही हाताबाहेर गेलेलं असेल." ती त्याच्याकडे न पाहताच म्हणते. अत्यंत थकलेल्या आवाजात.

पण आता तिच्याशी बोलत बसायला रमाकांतला वेळ नसतो.

भजनाची धून पूर्ण थांबलेली. डोक्यात फक्त ड्रम्सचा आवाज घुमत असलेला.

रजनीला उत्तर न देताच रमाकांत बाहेर पडतो. घाईघाईने जिना उतरून रस्त्यावर येतो.

रजनी एक हताश सुस्कारा सोडून अंथरुणावर अंग टाकते. रमाकांतचा हा नाद आता कधीच सुटायचा नाही, अशी तिची पक्की खात्री झालेली आहे.

बसमधून उतरून रमाकांत घाईघाईने चालू लागतो.

रस्त्यावर चिटपाखरूदेखील नसते. मधेच एखाद्या कुत्र्याचे विव्हळणे सोडले तर सारे काही सामसूम!

घरातून निघताना सारे लक्ष लागले होते मठाकडे! पण घर सोडल्यानंतर आता डोक्यात येतात घराचेच विचार.

रमाकांतचा जन्म मुळी अठरा विश्वे दारिद्र्यातला! त्यामुळे शिक्षणही जेमतेम. कुठे चांगली नोकरी मिळणार? त्यातून नशीब हात धुऊन मागे

लागलेले. मिळालेल्या नोकऱ्याही सुटत. कुठे रिट्रेंचमेंट होई, तर कुठे कंपनी नुकसानीत जाई. कुठे पगार तुटपुंजा, तर कुठे कामच तात्पुरते! रजनीसारखी सुस्वभावी बायको मिळाली, पण तिच्या हौसामौजा कधी पुरवता आल्या नाहीत. मुलगी झाली, तिचा आजार आधीच डोक्यावर असलेला कर्जाचा भार वाढवून गेला. त्याच आजारात ती गेली आणि रजनीच्या तोंडावरचे हास्य कायमचे मावळले. गेली ती सुटली, असे वाटण्याइतका प्रत्येक दिवस अधिकाधिक हलाखीचा येऊ लागला. आपणही आत्महत्या करावी असे वाटू लागले.

या यातनांवर एकच उपाय होता. पैसा मिळवायचा! काय वाटेल ते करून पैसा मिळवायचा! जनावरासारखे टाचा घासून मरायचे नसेल, तर मर्दासारखा पैसा मिळवायचा. चिक्कार पैसा! टेलिफोन – गाडी – बंगला! वैभवाची नानारंगी स्वप्ने रोज डोळ्यांना दिसत. पण पैसा मिळवायचा कसा? धंदा करायला भांडवल नव्हतेच; पण याची टोपी त्याला घाल, असे करायला लागते तेवढी अक्कल-हुशारीही नव्हती. पैसा मिळवायचा एकही मार्ग उघडा नव्हता.

– विष खावे की, गच्चीतून उडी टाकावी, अशा विचारात रमाकांत असताना एके दिवशी अचानक एक टकल्या माणूस गाडीत भेटला.

"काळजीत दिसता तुम्ही." टकल्या म्हणाला, "चेहरा सांगतो. नाही. बोलू नकाच तुम्ही. मी बरोबर ओळखतो. हात पाहू. मला वाटलंच. रात्रंदिवस काळजी; आणि तीदेखील पैशांची. होय ना? मला वाटलंच; पण काळजी नको. नशिबात पैसा आहे. भरपूर आहे! मार्ग सापडत नाही म्हणता? मार्ग आहे! इच्छा तेथे मार्ग म्हणतात; पण ते खोटं बरं का! अहो, नुसती इच्छा असून काय उपयोग? मार्ग दाखवायला गुरू हवा! आणि गुरू मिळायचा म्हणजे ते नशिबात असावं लागतं. गुरू हवाय तुम्हाला? मला वाटलंच! हा घ्या पत्ता. बरोबर परवाच्या अमावास्येला या. आल्याशिवाय राहू नका. आला तर भाग्यवान ठराल. नाही आलात तर पस्तावाल!"

टकल्याने दिलेला पत्ता रमाकांतने जपून ठेवला; पण रजनीकडे त्याने स्वामींचा विषय काढला मात्र! – ती अशी काही चवताळली! तिचा असल्या मार्गांवर बिलकुल विश्वास नव्हता. रमाकांतला तिचे पटले; आणि पटले नाहीही. त्याला काही सुचेनासे झाले. उलटसुलट विचारांत अमावास्या टळून गेली.

पण अमावास्या टळली, तरी मनात पुन:पुन्हा येणारा विचार गेला नाही. शर्टच्या खिशातला पत्ता जणू छातीत घर करून बसला. शेवटी धीर करून रमाकांत स्वामींच्या मठावर गेला. 'गुरु-कृपा' बंगल्यावर!

– 'गुरु-कृपा' आता जवळ येतो. आज पौर्णिमा! काळ्या आकाशात वर

चढू लागलेला पूर्ण चंद्र शरीरावरच्या कोडाच्या पहिल्या चट्ट्यासारखा विद्रूप दिसतो. तो डाग काळ्या पाण्यावर लखलखत राहतो.

सारा किनारा निर्मनुष्य! कशी कोण जाणे! पण 'गुरु-कृपा'च्या अवतीभोवती बिलकुल वस्ती नाही. वाळूत मध्येच उठून बसलेल्या एकाकी मस्तकहीन कबंधासारखा तो एकटा बंगला त्या निर्जन किनाऱ्यावर अमानुष वाटतो.

ड्रम्सचा ओळखीचा नाद ऐकू येतो धम् धा धम् धम् –

रमाकांत पहिल्या प्रथम स्वामींकडे आला तेव्हा तिथला एकंदर प्रकार पाहून हादरूनच गेला; पण त्याबरोबरच त्याला स्वामींची महतीदेखील पटली.

बंगल्याच्या दारात उभी राहिलेली मोटारींची रांग दाखवून त्याला टकल्या म्हणाला, "पाहिलंत? इतके बडे बडे लोक आहेत – पण दुःख दूर करण्यासाठी शेवटी त्यांना स्वामींकडेच धाव घ्यावी लागते. कुणाची बायको पळून गेलेली, तर कुणाची सासू छळ करते! कुणाला राजकारणात पुढं यायचंय, तर कुणाला मूल व्हायला हवंय! हे ना ते! पण स्वामी सगळ्यांच्या मनातल्या इच्छा ओळखतात. योग्य वेळी त्या पुऱ्यादेखील करतात. कशा विचाराल – मला वाटलंच! अहो, त्यांना काय? ज्या माणसाला प्रत्यक्ष 'तो' वश आहे, त्याला काय कठीण आहे?"

'तो' कोण हे विचारायचा धीर रमाकांतला झाला नाही.

– आतादेखील 'त्या'चा विचार मनात येऊन रमाकांतचे अंग शहारले. कोण आहे 'तो?' रमांकात आजूबाजूला पाहतो. जवळ कुणीच नसते.

एके दिवशी त्याने टकल्याकडे भीत भीत हा विषय काढला होता; पण टकल्याने कुणी ऐकत तर नाही ना, अशी खात्री करण्यासाठी इकडेतिकडे पाहिले आणि मग दबक्या आवाजात म्हटले, "श्श्! असे भलते प्रश्न विचारू नका. योग्य वेळी ते तुमचं तुम्हालाच कळेल! तुमच्यासारख्याचं एक राहू द्या. पण ही बडी बडी मंडळी – स्वामी त्यांच्याकडून एक कवडी तरी घेताना पाहिलंय तुम्ही? छट्! नाव नको. मग स्वामींचा एवढा बंगला दोन गाड्या, कशाच्या बळावर, असं विचाराल तुम्ही. होय ना? मला वाटलंच."

"अहो, इथंच तर त्यांची महती सिद्ध होते. स्वामींना 'तो' प्रसन्न आहे म्हणतात, ते यासाठीच. अहो, नुसती बंगला-गाडी काय घेऊन बसलात? तो स्वामींना किती आणि कसलं वैभव देतो याची आपल्याला कल्पनादेखील करता येणार नाही. आपण एवढंच समजायचं की स्वामी 'त्या'चे एकनिष्ठ दास आहेत, आणि 'तो' स्वामींसाठी काहीही करायला समर्थ आहे!"

एवढं सगळं ऐकून घेऊनही, 'तो' कोण याचा रमाकांतला पत्ता लागलाच नाही. मात्र स्वामी जिचे दास आहेत अशी एक प्रचंड शक्ती आहे आणि तिचे स्वरूप विलक्षण रहस्यमय, गूढ, अवकाशातल्या काळोखापेक्षाही काळेकुट्ट

असे काहीतरी आहे, एवढे जाणून तो मनातल्या मनात भेदरून गेला –

आताही रमाकांत त्याच विचाराने शहारतो...

झपाझप पावले टाकीत तो 'गुरुकृपा' गाठतो.

दरवाजा पुरातनकालीन कोरीव दरवाजासारखा. प्रचंड आणि रहस्यमय. काळ्याभोर शिसवी लाकडाचा. मध्यभागी कोरलेले भव्य सिंहमुख. सिंहाच्या शरीराला दोन्ही बाजूंनी विळखे घातलेले दोन काळसर्प. सिंहमुख विलक्षण क्रोधायमान झालेले. डोळ्यांमध्ये लालभडक अंगार.

सिंहाच्या डोळ्यांतले लाल दिवे पेटलेले – म्हणजे 'साधना चालू, प्रवेश बंद!' जागच्या जागी चुळबुळत रमाकांत बंद दरवाजासमोर उभा राहतो. भडकलेल्या सिंहाला दया येण्याची वाट पाहत.

आणि जशी काही त्याची दया आल्याप्रमाणेच दरवाजा आपोआप उघडतो, त्यामागे बसलेल्या काळ्या गणवेशातील द्वारपालाने तो उघडला, हे माहीत असूनही रमाकांत क्षणभर दचकतो. मग द्वारपालाकडे न पाहताच घाईघाईने आत सरकतो.

बंगल्याच्या टेरेसच्या दिशेने. तिकडूनच आता ड्रम्सचे बेभान सूर ऐकू येत असतात...

टेरेसला लागूनच एक छोटी खोली आहे. रमाकांत घाईघाईने त्या खोलीत शिरतो. तिथल्या असंख्य खुंट्यांवर कपडे लावलेले आहेत. रमाकांत झपझप कपडे उतरवतो. शर्ट, पँट, गंजिफ्रॉक... अंडरवेअरदेखील काढून टाकून रमाकांत संपूर्ण नग्न होतो. पहिल्या खेपेस असे नग्न होताना रमाकांतला खूप लाजल्यासारखे झाले होते; पण नंतर स्वामींनी सांगितले होते की, अशी लाज वाटण्याचीच लाज वाटायला हवी. आता सवयीने फारसे काही वाटेनासे झाले होते.

कपडे खुंटीला लावून रमाकांत टेरेसमध्ये जातो.

आकाशात पूर्ण चंद्र अगदी माथ्यावर येतो.

टेरेसच्या मध्यभागी एक मोठे खडूचे वर्तुळ काढलेले. त्याच्या मागेच दुसरे त्याहून मोठे वर्तुळ. या दोन वर्तुळांत दाटीवाटी करून बसलेले सर्व वयांचे स्त्री-पुरुष. सगळे त्यांच्यासारखेच पूर्ण विवस्त्र. सर्वांचे डोळे चंद्राकडे लागलेले. मात्र त्यातील नजर हरवलेली.

मध्यभागी स्वामी. त्यांच्या अंगावर मात्र एक काळाभोर पायघोळ रेशमी अंगरखा.

"चित्त एकाग्र करा... चंद्रावर चित्त एकाग्र करा..." मंत्रघोष केल्यासारख्या स्वरात ते सांगत राहतात.

ड्रम्स बेभानपणे वाजताहेत... त्यांच्या साथीवर एकेकजण हळूहळू घुमू लागलेला. "हुंहू... हुंहू..." हे घुमणे लांबून ऐकणाऱ्याच्या कानांवर पडले तर

तो भीतीने अर्धमेला व्हायचा...

स्वामी आपली इच्छा कधी पुरी करतील? घुमण्याच्या तालावर रमाकांतचे विचार पुन्हा सुरू होतात. स्वामींचा कृपाप्रसाद कधी मिळेल ?

"कुणीतरी चित्त एकाग्र केलेले नाही." स्वामी घोषणा करतात, "चित्त एकाग्र करा... एकाग्र करा..."

रमाकांत शरमतो. स्वामींना सारे समजते. नेहमीच समजते...

स्वामी सावकाश उठून उभे राहतात. "माझ्याकडे पाहा –" ते आदेश देतात –"चित्त एकाग्र करून पाहा..."

हळूहळू सगळे बसल्याबसल्याच त्यांच्या दिशेने सरकू लागतात. काळ्याभोर आकाशात उमटलेल्या पूर्ण चंद्राच्या पार्श्वभूमीवर स्वामींची कृष्णवस्त्रधारी मूर्ती विलक्षण रेखीव दिसते. गौरवर्ण, धारदार रूप, गळ्यात रक्तपुष्पांच्या माळा... आणि डोळे विलक्षण चमकदार – निखाऱ्यासारखे फुललेले, काळ्या जंगलात चमकणाऱ्या श्वापदांच्या डोळ्यांसारखे...

"माझ्या डोळ्यांत पाहा, माझ्याजवळ या..." स्वामींचा मंत्रघोष चालू राहतो.

सगळे सरपटत सरपटत पाळीव जनावरांसारखे स्वामींच्या जवळ गोळा होतात. त्यांच्या धगधगत्या नजरेत स्वत:च्या अचेतन नजरा बांधून टाकतात... 'हुंई... हुंई...' हुंकार वाढत जातो. ड्रम्स वाजत राहतात... हळूहळू सारे उभे राहतात. जागच्या जागी हात वर करून स्वामींच्या भोवती हलके हलके नाचू लागतात. तरुण, वृद्ध, कृश, स्थूल, स्त्री-पुरुषांची वस्त्रहीन शरीरे बेडौलपणे हिंदकळत राहतात... हुंकार पराकोटीला पोहोचतात. ड्रम्सचा जोर वाढतो. नृत्याची लय शरीरामध्ये मावेनाशी होते. शरीरे वेडीवाकडी हिंदकळत राहतात. केसांमधून चांदणे चमकत राहते. सारे स्वामींच्या जवळ पोहोचतात... एका विलक्षण अनावर आकर्षणाने ते नाचणारे, हिंदकळणारे, वळवळणारे वर्तुळ स्वामींच्या जवळजवळ जात राहते...

अचानक एक लांब, काळ्या केसांची प्रौढा स्वामींना कडकडून मिठी मारते... तिच्यामागून ते सारेच त्यांच्या देहाला झोंबू लागतात. त्यांचे पाय धरतात. त्यांची चुंबने घेतात. त्यांच्या अंगावरचे एकमेव काळे वस्त्र या धुमश्चक्रीत खाली ओघळते आणि त्यांचा देहही इतरांसारखाच निर्वस्त्र होतो. त्या गोऱ्यापान देहाला सारे कवटाळून राहतात. स्वत:मध्ये सामावू पाहतात. त्या आवेगाला तोंड देतादेता स्वामी खाली पडतात. भक्तगण त्यांना वेढून टाकतात.

पडल्या पडल्याच स्वामी हात उचलतात.

त्यासरशी मंडळी दूर होतात. निश्चेष्ट झाल्यासारखी खाली पडतात.

कुठून तरी एक हाडाच्या कवटीच्या आकाराचा वाडगा पुढे केला जातो.

त्यात मद्य हेलकावत आहे. कुणी तरी एक फडफडते कोंबडे स्वामींच्या हातात देते. पाहता पाहता स्वामी त्याची मान मुरगाळून टाकतात. त्याच्या गरमागरम रक्ताची धार मद्याच्या वाडग्यात धरतात.

एव्हाना ड्रम्स थांबलेले, नशा हळूहळू उतरू लागलेली.

स्वामींची बोटे रक्ताने रंगलेली. जाताजाता ते ती बोटे भक्तांपैकी काहींच्या कपाळावर टेकवीत जातात.

रमाकांतच्या कपाळालाही स्वामींच्या बोटांचा स्पर्श होतो. तो भांबावल्यासारखा उभा राहतो.

एवढ्यात गर्दीतून वाट काढीत टकल्या त्याच्या रोखाने चालत येतो. चेहराभर हसत.

"पाहत काय राहिलात? स्वामींनी रक्ताचा टिळा लावलाय तुमच्या कपाळावर – याचा अर्थ नाही समजला? – मला वाटलंच. अहो, स्वामींची कृपा झालीय तुमच्यावर. आता तुमची इच्छा पुरी होणार! काँग्रॅच्युलेशन्स! जा आता स्वामींकडे. ते वाट पाहत असतील तुमची!"

हर्षभराने रमाकांतच्या तोंडून शब्दच फुटनेसा होतो.

आपली इच्छा पूर्ण होणार! – इतक्या वर्षांची इच्छा!

रमाकांत झपाझप कपडे चढवतो आणि स्वामींच्या दालनाकडे जातो.

आजवर या दालनात तो कधीच गेलेला नाही. भीत भीत तो आत पाऊल टाकतो.

दालनात अंधुक उजेड. भिंती तांबड्या मखमलीच्या जाड पडद्यांनी मढविलेल्या.

मध्यभागी एक उंच आसन. आसनाला उंच पाठ; पण हातांऐवजी केवळ चार नक्षीदार खुंट्या. त्या खुंट्यांवर तळवे ठेवून विराजमान झालेली स्वामींची रुबाबदार आकृती. अंगावर रक्तवर्ण पायघोळ रेशमी अंगरखा. आसनाच्या चारी बाजूंनी उंच उंच स्टँडवर मेणबत्त्या जळत असलेल्या. दालन केवळ त्या मेणबत्त्यांच्या प्रकाशानेच उजळलेले.

स्वामींसमोर लीनपणे हात जोडून रमाकांत उभा राहतो.

त्याला पाहताच स्वामी हसून म्हणतात, "आलास? ठीक. मी तुझ्यावर प्रसन्न झालोय. तुझ्या मनातला हेतू पुरा करायचं ठरवलंय मी. अं हं – सांगायची गरज नाही. मला ठाऊक आहे. तुला श्रीमंत व्हायचंय – होय ना?"

रमाकांत आश्चर्यचकित. 'होय' म्हणायचेही भान त्याला राहत नाही.

"हा घे पत्ता." स्वामी सांगतात. कुठूनसे त्यांच्या हातात एक व्हिजिटिंग कार्ड येते. "या माणसाला उद्या सकाळी जाऊन भेट. तुझी इच्छा पूर्ण होईल."

स्वामींनी दिलेले व्हिजिटिंग कार्ड घेऊन रमाकांत घरी परत येतो. नाही म्हटले तरी त्याची थोडीफार निराशाच झालेली असते. त्याला वाटलेले असते

की, स्वामी कसली तरी सिद्धी देतील. कुठली तरी गुप्त धनाची खूण सांगतील. वशीकरणाचा ताईत देतील; पण कसचे काय नि कसचे काय, त्यांनी दिले एक व्हिजिटिंग कार्ड! आता या माणसाकडून आपल्याला काहीतरी नोकरी-धंदा मिळणार असेल. बस्स. हा काय श्रीमंत होण्याचा मार्ग? रमाकांत खट्टू होतो.

पण नाही! स्वामींवर अविश्वास दाखविणेही बरोबर नाही. ते "इच्छा पुरी होईल" म्हणाले, म्हणजे काहीतरी होईलच. कसले काम देईल हा गृहस्थ? काही वाईट काम तर नसेल? चोरी, लबाडी, स्मगलिंग –

प्रत्यक्षात काय होते ते पाहिल्याशिवाय रजनीला काहीच सांगायचे नाही, असे ठरवून रमाकांत अंथरुणातच अंग टाकतो.

रात्र थोडीच उरलेली. पण तेवढ्यातही रमाकांत दहा वेळा दचकून जागा होतो. डोके मुळीच झोपायला तयार नसते. त्यात नाना विचार फिरत राहतात. नाना स्वप्ने – कोंबड्याचे पंख – नाचणारी शरीरे – समुद्रकिनारा – शंभराच्या नोटा – रक्ताचा टिळा.

– उजाडायच्या आधीच त्याला जाग येते. भल्या पहाटे सारे काही आटोपून तो तयार होतो. रजनीला विपरीत वाटते; पण ती काहीच बोलत नाही.

केसांवरून कंगवा फिरवताना रमाकांतला आरशात दिसते : कपाळावरचा रक्ताचा टिळा आज अंघोळीनंतरही पुसट झालेला नाही. भाजल्याचा डाग पडावा तसा तो दिसतो. स्वामींचा कृपाप्रसाद –

तो खिशातले कार्ड काढून पत्ता वाचतो : 'श्रीमंत यशवंतराव जनकोजी दास्ताने : दास्ताने व्हिला.' नाव तरी एखाद्या संस्थानिकासारखे वाटते. याच्यापासून काय लाभ होतो ते पाहायचे.

दास्ताने व्हिला.

उंच लोखंडी दरवाजा, दाराशी उंच फेटे चढविलेले दोन तगडे पहारेकरी. रमाकांत कार्ड दाखवितो. ते आत सोडतात. आत लांबलचक सडक. दुतर्फा बगिचा. बगिचात संगमरवरी पुतळे. मध्यभागी भव्य पोर्च. संगमरवरी पायऱ्या. तिकडे पुन्हा दोन पहारेकरी. कार्ड पाहताच ते रमाकांतला वर पाठवतात. दोन बाजूंना पुन्हा दोन प्रशस्त जिने. मधे एका वृद्धाचा संगमरवरी पुतळा.

अशा प्रासादतुल्य घरात रमाकांत आजवर कधी गेलेलाच नाही. दबकत दबकत तो दिवाणखान्यात येतो. पावले रुतावीत इतका जाड कुसुंबी गालिचा. छताला प्रचंड बिलोरी झुंबरे. रमाकांतची छाती दडपून जाते. तो एका नक्षीदार आरामशीर सोफ्यावर धास्तावून बसतो.

कुणीतरी, तो आल्याची वर्दी आत पोहोचविते.

आतल्या बाजूने चाहूल लागते. रमाकांत सावरून बसतो. एक वृद्ध पण राजस

दिसणारा गृहस्थ सावकाश चालत बाहेर येतो. केस संपूर्ण पिकलेले. वर्ण लालसर. शरीर स्थूल, वयपरत्वे ओघळलेले. चेहरा सस्मित. अंगात उंची झब्बा, तलम धोतर. गळ्यात छडा, बोटांत अंगठ्या. हेच श्रीमंत दास्ताने असावेत. चेहरा सांगतो!

डोळे बारीक करून श्रीमंत त्यांच्याकडे पाहत पुढे होतात. रमाकांत हात जोडून उठून उभा राहतो. ''मला स्वामींनी पाठवलंय'' असे काहीतरी बोलण्यासाठी शब्द शोधत राहतो. इतक्यात –

श्रीमंत त्याला एकाएकी मिठी मारतात.

रमाकांत गोंधळतो.

काही वेळ दास्तानेंना बोलणे अशक्य होते. त्यांचा कंठ दाटून येतो. डोळ्यांतून आसवांच्या धारा लागतात.

रमाकांत अवघडून जातो –

मग श्रीमंत कसेबसे बोलतात – ''वीस वर्षं! जवळजवळ वीस वर्षं! बाराव्या वर्षी घरातून पळून गेलास, तो आत्ता भेटतोयंस गुलामा!''

श्रीमंत दास्तानेंचा गैरसमज काढून टाकणे मोठे कठीण होऊन बसते.

तरीही रमाकांत स्वत:कडून शिकस्तीचा प्रयत्न करतो. श्रीमंतांचा एकुलता एक मुलगा लहानपणीच घर सोडून पळून गेला! तो आता जिवंत असणे शक्य नाही. असला तरी घरी परत येणार नाही, अशी सगळ्यांची खात्री झाली... आणि आता हुबेहूब त्याच्यासारखा दिसणारा रमाकांत आपल्या पायांनी घरी चालत आला! दास्ताने गहिवरले. रमाकांत त्यांना परोपरीने सांगतो की, आपण कधीच घरातून पळून गेलो नव्हतो, आपले वडील हयात नाहीत, आपण दास्तानेंचे कोणी लागत नाही.

पण श्रीमंत ते मानायला तयार होत नाहीत. रमाकांतला पुन:पुन्हा जवळ घेऊन ते म्हणत राहतात, – ''आता कुठे जाऊ नकोस आता तू माझा आहेस! तू माझा आहेस!''

रमाकांतचा सारा विरोध गळून पडतो. स्वामींची करणी आता त्याच्या लक्षात येते. नकळत त्याचा हात कपाळावरच्या रक्ताच्या टिळ्याकडे जातो. त्यांचा कृपाप्रसाद... त्यामुळेच श्रीमंत दास्तानेंना त्याच्या जागी आपला हरविलेला मुलगा दिसतो – ही मोहिनी स्वामींच्या हातच्या टिळ्याची!

श्रीमंत रमाकांतची सारी चौकशी करतात. त्याच्या गरिबीविषयी हळहळतात. बाप एखाद्या राजासारखा श्रीमंत असताना मुलाने दोन वेळच्या अन्नाला महाग व्हावे, या कल्पनेने त्यांचा जीव तुटतो. ''ते काही नाही'' – ते कळवळून म्हणतात, ''आजपासून माझा पैसा तो तुझा पैसा. तुला काही कमी पडणार नाही बघ! सारं काही तुझ्यासमोर हात जोडून उभं राहील. तुझी काळजी मिटलीच म्हणून समज.''

रमाकांतचा जीव आनंदाने गुदमरतो. कधीपासूनची चिंता – रात्रंदिवस

पोखरणारी – सारं आयुष्य कुरतडून टाकणारी – आणि आज अशी चुटकीसारखी दूर झाली. केवळ चमत्कार! पण असा चमत्कार व्हायचाच होता! हीच तर स्वामींची महती! आपण स्वप्नात तर नाही ना, अशी त्याला शंका येते; पण नाही – आधीचे ते मोडकळीला आलेल्या चाळीच्या अंधाऱ्या खणातले दरिद्री आयुष्य हेच एक दुष्ट स्वप्न होते. समोर उभे राहिलेले वैभव हेच आता सत्य! ज्याची इतके दिवस कल्पना केली, ते ... आज प्रत्यक्षात उतरलेले स्वप्न!

शोफरला सांगून श्रीमंत गाडी बाहेर काढतात. गाडी फॅशनेबल दुकानांच्या समोर उभी राहते. रमाकांतसाठी नवे उंची पोशाख, नवीन शूज, नवीन घड्याळ यांची खरेदी होते. हातखर्चासाठी शंभराच्या दहा नोटा त्याच्या हातावर ठेवल्या जातात. त्याला चाळीवर परत सोडून श्रीमंतांची गाडी निघून जाते. त्या मोडक्या चाळीतले शेवटचे एखाद-दोन दिवस... त्यानंतर रमाकांतसाठी एक छोटासा नवीन बंगला सुसज्ज होणार असतो...

चाळीच्या पायऱ्या चढून खोलीत आलेला रमाकांत रजनीला नेहमीपेक्षा अगदीच वेगळा वाटतो. त्याच्या, हर्षाने बेभान झालेल्या चेहऱ्याकडे ती पाहतच राहते. का कुणास ठाऊक, त्या चेहऱ्याची तिला भीती वाटते...

"आपण श्रीमंत झालो, रजनी!" हातातली पुडकी खुर्चीत टाकून तो ओरडतो, "आजपासून आपण श्रीमंत झालो! विश्वास नाही बसत तुझा? मग हे बघ... हे बघ!" खिशातून शंभराच्या नोटा काढून तो खोलीत उधळतो.

रजनी स्तब्धच राहते. त्याच्यात झालेल्या या बदलाचा अर्थच तिला समजत नाही.

तिच्या स्तब्धतेने रमाकांत डिवचला जातो. त्याची अपेक्षा असते की अनपेक्षितपणे मिळालेला हा पैसा बघून ती हर्षभरित होईल. इतके दिवस आपला मार्ग अघोरीपणाचा ठरवला, याबद्दल क्षमा मागेल आणि आपल्याप्रमाणेच पुढील सुखाच्या स्वप्नांमध्ये रंगून जाईल; पण ती गप्प राहते आणि रमाकांत चिडतो. तिला सारे समजावून सांगतो. झाले ते कसे चांगलेच आहे, हे पटविण्याचा प्रयत्न करतो. श्रीमंत दास्तानेंविषयी सारे काही सांगतो. त्यांच्या प्रासादाविषयी... त्यांच्या वात्सल्याविषयी... न थांबता तो एकसारखा बडबडतच राहतो.

रजनी सारे ऐकून घेते आणि फक्त एवढेच म्हणते :

"त्या म्हाताऱ्या पित्याच्या मनाशी खेळ खेळणं हे पाप आहे."

संध्याकाळच्या सावल्या एकमेकींमध्ये मिसळू लागलेल्या.

रजनी 'दास्ताने व्हिला'च्या पोर्चमध्ये येऊन पोहोचलेली.

दिवसभर तिच्या मनाचा नुसता तडफडाट चालला होता... का होत आहे

हे सारे? नको नकोसे वाटणारे? का हवी यांना श्रीमंती? इतर चारचौघांप्रमाणे पोटापुरते मिळवणे कधीच जमणार नाही का यांना? कशासाठी तो अघोरी नाद? हे, आणि तो स्वामी... दोघे मिळून बनवताहेत बिचाऱ्या म्हाताऱ्याला. त्याचा एकुलता एक मुलगा गेला... आपली मुलगी आजारात गेली नसती, तर आज केवढी असती? – तिच्या जागी दुसरी तेवढीच मुलगी कुणी दिली तर आपण तिला आपली म्हणू शकू? नाही. ती एका पवित्र नात्याची विटंबना होईल. त्यांनी चालवलीय तशी. त्या दोघांनी. पण आज ना उद्या दास्तानेंच्या डोळ्यांवरची स्वामींची मोहिनी उडेल – त्यांना एकदम जाग येईल. मग काय होईल? आपण सारे पोलीस कस्टडीत जाऊ – त्या आधीच हे सावरले पाहिजे. त्यावर उपाय एकच – श्रीमंतांचे डोळे उघडणे. ते आपले ऐकतील. आपल्यावर तर स्वामींनी मोहिनी घातलेली नाही –

संध्याकाळी रमाकांत श्रीमंतांच्या बंगल्यावर जाणार. कसेही करून तो श्रीमंतांना भेटण्याच्या आत त्यांना जागे करायला हवे – रमाकांत आपले काहीच ऐकणार नाही. पूर्वीच नव्हता ऐकत. आज पैसे हातात आल्यापासून तर तो अधिकच परका वाटू लागला आहे...

पाऊल रुतेल इतक्या जाड गालिचावरून चालत जाऊन रजनी कोपऱ्यातल्या सोफ्यावर बसते. अंग चोरून. कुणीतरी येऊन झुंबरातले दिवे पेटवून जाते.

वर्दी मिळताच श्रीमंत बाहेर येतात.

प्रसन्न चेहरा – हसरा – गोलसर आकाराचा.

पाहताक्षणीच रजनीला भडभडून येते. या असल्या सात्त्विक, प्रेमळ माणसाला हे लोक ठकवताहेत? त्याच्यावर जादूटोणा करून त्याचे प्रेम लुबाडताहेत? केवळ त्याचा पैसा लुटता यावा म्हणून?

"नाव काय मुली तुझं?" वयस्क, प्रेमळ स्वर येतो.

"रजनी." रजनी सांगते, "मी रमाकांतची बायको."

"म्हणजे माझी सूनच तू." श्रीमंत अधीरपणे म्हणतात.

"नाही. मला हवं तर मुलगी समजा; पण या संकटातून सोडवा. मी तुमचे पाय धरते. माझा नवरा कुणा स्वामींच्या नादी लागून जादूटोणा, मंत्रतंत्र शिकतो. त्यानंच तुमच्यावर भूल टाकलीय; म्हणून तुम्हाला त्याच्या जागी आपला मुलगा दिसतो. पण तो तुमचा मुलगा नाही. तुम्ही त्यांना मदत म्हणून कुठं तरी चांगली नोकरी लावून द्या. पण असा पैसा नका ओतू त्यांच्यावर. आम्हाला हा पापाचा पैसा नको. हा आम्हाला बाधल्याशिवाय राहणार नाही...' रजनी धडाधडा सांगत जाते.

श्रीमंत शांतपणे ऐकून घेतात.

क्षणभर शांतता पसरते.

मग श्रीमंत सावकाश विचारतात

"तू हे मला काय म्हणून सांगितलंस?"

"तुम्हाला सत्य समजावं म्हणून." रजनी सांगते, "तुमचं आपल्या हरवलेल्या मुलावर फार प्रेम होतं. त्याचा फायदा घेतायत हे दोघेजण. ते मला खपणार नाही. मीदेखील एका गेलेल्या मुलीची आई आहे."

श्रीमंत काही क्षण अवाक्.

मग त्यांचा विचार ठरतो. ते रजनीला म्हणतात, – "थँक्यू. मला सत्य सांगितल्याबद्दल आभार. मलादेखील तुला एक सत्य सांगायलाच हवं. रमाकांत माझा मुलगा नाही, हे मला माहीत आहे; पण मी एक बिझनेसमन आहे. पैशाला माझ्याकडे तोटा नाही. पैशाच्या बदल्यात लोक जे विकतात, ते मी विकत घेतो."

"काय विकत घेता?" रजनी हबकून विचारते.

"जे मला विकल्यानंतर माणसाची माणुसकीच संपून जाते, ते! त्याचा आत्मा! स्वामींना मी त्यांचं कमिशन देतो. स्वामी तुझा नवऱ्यासारख्या लोकांचे आत्मे मला विकतात. हीच त्यांची उपासना!"

"कोण? कोण आहात तुम्ही?' रजनी विलक्षण भयभीत होऊन विचारते.

या प्रश्नाला उत्तर म्हणून केवळ एक सैतानी हास्य ऐकू येते.

झुंबरातले दिवे मालवले जाऊ लागतात. चारी बाजूंनी गडद काळोख दाटू लागतो. श्रीमंतांचा प्रसन्न मुखवटा हळूहळू विरघळू लागतो.

समोर दिसते ते बघायला रजनी भानावर नाही; आणि तरीदेखील काळोखातल्या त्या रौद्रभीषण आकाराची भीती तिचे रक्त गोठविते. तिची किंकाळी घशातच घुसमटते. नकळत तिचे पाय दिवाणखान्याबाहेर धावू लागतात. चार पायऱ्या उतरण्याचा प्रयत्न करतात; मग भीतीने कोंडलेले प्राण हृदय फाडून बाहेर पडतात...

रजनीचा निष्प्राण देह उरलेला सबंध जिना गडगडत खाली येतो.

श्रीमंतांच्या भेटीसाठी आलेला रमाकांत याच वेळी जिन्याच्या तळाशी येतो. रजनीचे कलेवर त्याच्या पायाशी येऊन पडते.

तो वाकून पाहतो. रजनी? – ही तर जिवंत नाही!

अशा प्रसंगी अपरिमित दुःख व्हायला हवे, हे त्याला कळते; पण का कोण जाणे, त्याच्या मनात साधी चलबिचलही होत नाही. प्रयत्न करूनही त्याच्या डोळ्यांत अश्रू येत नाहीत.

तो हातानेच रजनीचा देह बाजूला करतो आणि निर्विकारपणे पायऱ्या चढू लागतो.

◆

✿ द्रष्टा ✿

दि. २ जुलै...

काही माणसे देव का जन्माला घालतो तेच समजत नाही. किंवा ती अशी का जन्मली हेही समजत नाही. त्यांच्या आयुष्याला काहीही अर्थ नसतो.

केवळ भुईला भार एवढेच त्यांचे कर्तृत्व! प्राण जात नाही तोवर जगणे हे त्यांचे कार्य! ती जगली काय, मेली काय, कुणालाच त्यांचे सोयरसुतक नसते.

पंडित नजरेला पडतो तेव्हा नेहमी हे विचार माझ्या मनात येतात. आज ते डायरीत नमूद करून ठेवले, एवढेच!

पोलीस स्टेशनवरून परत येताना रोज मला पंडित दिसतो. वाड्याच्या अंगणात त्याने मुक्काम ठेवलेला असतो. काळोख पडून अगदी दिसेनासे होईपर्यंत तो तेथेच असतो. काहीही न करता नुसता बसूनच असतो. समोर कुठे तरी नजर लावून, किंवा एखाद्या वेळी जमिनीवरच्या मुंग्यांची हालचाल न्याहाळीत. तासन्‌तास त्याचा हा चाळा चालतो. एखाद्या झाडाकडेदेखील तो प्रहरभर टक लावून पाहत बसू शकतो.

नाही तरी त्याला दुसरे काहीच करण्यासारखे नाही. त्याला फारसे काही समजत नाही. बहुधा जन्मत:च! तसा तो कुणाला त्रासबिस देत नाही. आपले कार्यक्रम-देखील व्यवस्थित आटोपतो. पण एवढेच. या पलीकडे त्याला बुद्धी वापरता येत नाही. लिहितावाचता येत नाही. हातापायांच्या काड्या आणि अशक्त प्रकृती. त्यामुळे शारीरिक श्रमांच्याही उपयोगाचा नाही. गालाच्या वाट्या आणि शून्यांत नजर. हडकुळ्या शरीरावर चढवलेले बिनमापाचे ढगळ कपडे. त्यामुळे सोंग नुसते बुजगावण्यासारखे दिसते. उंची आणि हातपायदेखील तसेच लांबलचक! अधूनमधून सर्दी-पडसे झाले की नाक वाहते, ते तो उलट्या पंजाने पुसून टाकतो, पण एरवी मुलगा तसा अस्वच्छ नाही. वयाची अठरा वर्षे उलटून गेली, पण अजून दाढी नाही की मिशी नाही. आणि नाही तेच बरे आहे. नाही तर दाढीचे

खुंट वाढले की ध्यान अधिकच प्रेक्षणीय दिसेल!

एक म्हातारी आई सोडली, तर त्याला या जगात दुसरे कुणीच नाही. पूर्वीच्या थोड्या पैशांवर आणि चार घरी निवडणेटिपणे करून ती दोघांचे कसेबसे चालवते. या वयात पोराचा आधार असायचा तर असले वेडसर ध्यान तिच्या गळ्यात आले! नशीब बिचारीचे!

पंडितसारख्या खुळ्या मुलाविषयी मी आज डायरीत इतके का बरे लिहून काढले?

खरे तर माझ्यासारख्या तरुण वयाच्या स्मार्ट पोलिस अधिकाऱ्याने डायरीत स्वत:च्या कर्तबगारीविषयी लिहायला हवे.

"आज आमचे सुपरिंटेंडंट माझ्यावर फार खूष होते. मी जुन्या फाईल्स चाळत असताना ते एकदम बाहेर आले. म्हणाले, "शाबास, कामात असा इंटरेस्ट घेतलास तर लवकर बढती मिळेल. तुला बुद्धी आहे, विचारशक्ती आहे. अशी माणसं लवकर चमकतात. नाही तर या लाईनमध्ये केवळ हडेलहप्पीच फार!"

बस्स! आणखी काय लिहावे, स्वत: स्वत:विषयी?

मी एकटाच असतो. पंडितच्या वरच्याच माडीवर माझी खोली आहे. आज ना उद्या लग्नाचा विचार आहे. पण त्याआधी एक तरी प्रमोशन मिळायला हवे.

अजून एखादी मुलगी मनात भरलेली नाही. नाही तर तिच्याविषयी डायरीत लिहिले असते. या गावंढ्या गावात कुठून येणार म्हणा मनात भरण्याजोगी मुलगी? गावात प्रतिष्ठितांची घरे चार नाही तर सहा! बाकी सगळी खेडवळ वस्ती!

एक मात्र खरे, की कामावरून येताना पंडित अंगणात दिसला नाही तर चुकल्याचुकल्यासारखे होते.

मुक्या प्राण्याचादेखील लळा लागतो. मग पंडित तर माणूसच आहे.

बाकी त्याच्यासारख्या खुळ्या मुलाचे नाव 'पंडित' ठेवायचे म्हणजे विनोदच आहे!

दि. १० जुलै...

आज एक गंमत झाली.

पोलीस स्टेशनवर कुणी तरी पेढे दिले. मी एक खाल्ला आणि दोन खिशातच ठेवले. अंगणात पंडित दिसला आणि पेढ्यांची आठवण झाली. मी ते दोन्ही पेढे त्याच्या हातावर ठेवले.

तो एकदम हसला. मला कसेसेच झाले. त्याच्या त्या हसण्यात अमाप हर्ष होता आणि विलक्षण भूकही होती. कोणी पाठीवरून हात फिरवल्यावर जनावराची कातडी थरथरते, तसे त्याचे ते हसणे होते. वाटले, आपण आजवर त्याची विचारपूसदेखील केली नाही, हे चुकले.

दोन्ही पेढे मटकावून तो मला म्हणाला, "मला पेढे खूप आवडतात."
मी मान डोलावली आणि वर गेलो.

दि. २० ऑगस्ट...

गेल्या महिनाभरात माझी पंडितशी बरीच दोस्ती झाली आहे. मला घरी परतायला उशीर झाला, तर तो तक्रार करतो. जशी काही माझी वाटच पाहत असतो.

त्याला बऱ्यापैकी बोलता येते. त्यातले सगळेच सुसंगत नसते. एकच गोष्ट तो पुन:पुन्हादेखील सांगतो; पण म्हणजे तो अगदी साफ वेडा नाही, एवढे तरी सिद्ध झाले.

त्या पेढ्यांच्या प्रकारानंतर मी त्याला तीन-चार वेळा खाऊ घेऊन आलो. अठरा-एकोणीस वर्षांचा पंडित, खाऊ मात्र एखाद्या तीन-चार वर्षांच्या मुलाच्या अधाशीपणाने खातो.

दि. ५ सप्टेंबर...

आज एक विलक्षण प्रकार घडला.

अंगणात रोजच्याप्रमाणे माझी वाट पाहत पंडित बसला नव्हता. मीही आपल्याच तंद्रीत होतो, त्यामुळे मला विशेष काही वाटले नाही. खोलीत आलो. दिवा लावला. पाणी प्यालो. आता युनिफॉर्म उतरणार इतक्यात कुणाची तरी चाहूल लागली. मी वळून पाहिले. दारात पंडित उभा होता.

मी त्याला आत बोलावले. तरी तो मुसमुसत दारातच उभा. शेवटी मी त्याला हाताला धरून आता आणले व माझ्यासमोर बसविले. बराच वेळ रडल्यासारखा त्याचा चेहरा दिसत होता.

"काय झालं पंडित?" मी विचारले. तशी त्याला पुन्हा एकवार हुंदका फुटला, आणि तो मुक्तपणे रडू लागला.

मी त्याला थोडा वेळ तसेच रडू दिले. मग रडण्याचे कारण विचारले.

"आई आज दुपारी मेली. साप चावून." एवढे सांगून तो पुन्हा रडू लागला.

ऐकताक्षणी मला धक्का बसला. दिवस पावसाळ्याचे होते. साप-फुरशांचे होते. साप चावून मरणे ही त्या भागातली मोठी अशक्यप्राय घटना नव्हती. तरीही आपल्या माहितीतले कोणी मेल्याच्या बातमीवर आपण एकदम विश्वास ठेवू शकत नाही.

पण पंडितने मला सारा वृत्तान्त सविस्तर सांगितला. आश्चर्य म्हणजे नेहमीचे त्याचे अडखळणे, वाक्यात चुका करणे हे सारे आज पळून गेले होते. एखादा अत्यंत समंजस मनुष्य जितके व्यवस्थित वर्णन करील तितके त्याने

केले. मग हे शहाणपण त्याच्यात दु:खाने आले होते की आणखी कशाने कोण जाणे!

इंधनासाठी लाकूडफाटा गोळा करायला आज दुपारी त्याची आई रानात गेली होती. सर्पदंश होताच भीतीने अर्धमेली होऊन ती बोंबाबोंब करून पळत सुटली. पण वाटेतच बेशुद्ध होऊन पडली. आसपासच्या माणसांनी तिला ओळखून घरी आणले, पण तोवर ती काळीनिळी पडली होती. सगळी मंडळी जमली. आपापल्या परीने उपचार करू लागली. मांत्रिकाला बोलावणे गेले, विष चोखणाऱ्यालाही निरोप धाडला; पण ते येण्याच्या आतच विष चढले होते. सगळी धावपळ फुकट गेली आणि पंडितची आई वारली. मरताना तिने आपल्या पाठीवरून हात फिरवला, हे सांगताना पंडित ढसढसा रडत होता.

पंडितची हकीगत ऐकून मी सुन्न झालो. सारा प्रकार इतका अचानक होता, की मला काही सुचेनासेच झाले. बरे, एवढे सगळे होऊन दुपारी कोणीच मला कळविले नाही, हीदेखील नवलाची गोष्ट होती.

"अगदी बघवत नव्हतं तिच्याकडे – चेहरा नुसता गडद जांभळा – आणि तोंडातून फेस..." पंडित भान हरपल्यासारखा बोलत होता.

"तू शांत हो पंडित शांत हो –" मी त्याच्या पाठीवर थोपटीत त्याचे सांत्वन करू लागलो.

आणि एकाएकी –

जे झाले त्याने मी जागच्या जागी उडालोच.

खालून पंडितच्या आईने मारलेल्या हाका लख्ख ऐकू आल्या, "पंडित, ए पंडित."

क्षणभर माझा कानांवर विश्वासच बसला नाही.

पण एवढ्यात जिना वाजला आणि त्या पाठोपाठ पंडितची आई दरवाजात येऊन उभी राहिली.

पंडित उठला आणि तिच्या पाठोपाठ मुकाट्याने चालता झाला.

मी आ वासून त्या दोघांकडे पाहतच राहिलो.

दि. ६ सप्टेंबर...

काल रात्री मला बराच वेळ शांत झोप लागली नाही.

पंडितने सांगितले ती निव्वळ थाप होती हे उघड झाले; पण पंडितला थाप मारण्याचे काय कारण?

आणि तीदेखील इतकी अभद्र? स्वत:च्या इतक्या जवळच्या माणसाविषयी?

बरे, पंडितसारख्या खुळ्या मुलाला एखादी खोटी गोष्ट रचून सांगता येणे कठीण. त्यातूनही ती इतकी बेमालूम, तपशीलवार डोळ्यांसमोर दिसत

असल्यासारखी – त्याच्यासारख्या अधू डोक्याच्या मुलाला तर राहूदेच, परंतु सर्वसामान्य बुद्धिमत्तेच्या मुलालाही ते कठीणच होते.

आणि त्याचे अश्रू, ते हुंदके देऊन देऊन रडणे – ते सगळे नाटकच का?

पण असे नाटक करण्याची त्याला गरजच काय?

त्याला हा सारा प्रकार दुसरीकडे दिसला म्हणावे, तर आईचे नाव घेण्याचे कारण काय? बरे, आज, चौकशी केली, पण गावात असे काही घडल्याची बातमी नाही. मग हे कोडे उलगडावे कसे?

शेवटी मी त्याला बोलावून घेतले. खोटे बोलण्याचे कारण विचारले.

मला वाटले, तो नुसता खुळ्यासारखा हसेल. टाळाटाळ करील किंवा असे काही बोलल्याचेच चक्क नाकबूल करील.

पण त्याने यातले काहीच केले नाही.

तो मान खाली घालून गंभीरपणे म्हणाला, "मला ते सगळं दिसलं. खरोखरच दिसलं."

"अरे, तुझी आई तर अजून जिवंत आहे."

"असेल. पण ती काल दुपारी मेली. साप चावून."

यापलीकडे आमची प्रश्नोत्तरे जाईनात. कितीही खोदून खोदून विचारले तरी तो हेच पुन:पुन्हा सांगत राहिला. आई जिवंत असल्याचे तो नाकबूल करीत नव्हता आणि तरीही तिचे मरण प्रत्यक्षात पाहिल्याचा त्याचा दावा होता. त्याच्या मते या दोन्ही गोष्टी खऱ्या होत्या आणि त्यातली विसंगती मला कळत होती, तशी काही ती त्याला जाणवत नव्हती.

मी त्याचा नाद सोडून दिला.

एवढेच मनात आले, की परमेश्वराने त्याच्यासारखेच मलाही खुळे म्हणून जन्माला घातले असते, तर या साऱ्याचा अर्थ लावण्याचा वेडा हट्ट माझ्या डोक्याने धरला नसता.

शेवटचा प्रयत्न म्हणून मी त्याच्या आईला विचारले, "काल तुमच्या इथं काही विशेष घडलं का?"

"विशेष म्हणजे?"

"म्हणजे काही – कुणाला काही इजा –" मी तरी आणखी काय बोलणार?

"नाही बाबा. का ?"

"नाही, पंडित म्हणत होता –" मी घुटमळलो.

"तुम्ही काय त्या खुळ्याच्या नादी लागता?" एवढेच म्हणून तिने मला वाटेला लावले.

एकदा वाटले, की पंडितने आपल्याला चक्क बनवले. तशी मनातून

सगळ्या प्रसंगाची गंमतही वाटत आहे. पण का कुणास ठाऊक, यामागे काय अर्थ असेल, अशी टोचणीही लागून राहिली आहे, एवढे खरे.

दि. १५ ऑक्टोबर...

आज स्टेशनवरून आलो नि पलंगावर अंग टाकले. जरा डुलकी लागली, एवढ्यात कोणीतरी धाडधाड दार ठोठावले.

जाग आली, पण क्षणभर काही समजेना. 'आलो ऽ' म्हणेपर्यंत दरवाजा पुन्हा चार वेळा वाजला. मग कोणाच्या पाठीमागे एवढा वाघ लागला होता, कुणास ठाऊक!

मी दार उघडले. बाहेर काळोख होता आणि काळोखात पंडित भुतासारखा उभा होता.

मी काही म्हणायच्या आधीच तो तडक खोलीत घुसला. कुठूनतरी धावत आल्यासारखी त्याला धाप लागली होती.

उभ्या उभ्याच मला म्हणाला, "साने वकील आहेत ना, साने वकील – त्यांनी बायकोला नदीत ढकललं."

मी त्याला खाली बसविले. शांतपणे विचारले, "कुठनं आलास तू?"

"नदीवर गेलो होतो. बाप रे, काय भयंकर!" अशी सुरुवात करून त्याने मला नदीवर पाहिलेला प्रकार सविस्तर सांगितला. सांगताना त्याचा हडकुळा चेहरा भीतीनं लांब होत होता. एकाच बल्बच्या अपुऱ्या प्रकाशात गालांवरचे खळगे अधिकच खोल झाले होते. डोळे भयाने तारवटले होते. हातांच्या मुठी वळत होत्या. असहायपणे एकमेकांवर आपटत होत्या. मधूनमधून अंगावर शहारे येत होते.

त्याने पाहिलेला प्रकार तसाच अमानुष होता, यात शंका नाही. साने वकील बायकोबरोबर सायकलवरून येत होते. वाटेत एके ठिकाणी त्यांनी सायकल थांबविली. इथं एक कडा तुटल्यासारखा झाला होता. खालून नदी बेफामपणे वाहत होती. बायकोला घेऊन साने वकील कड्याशी येऊ लागले; पण मधेच तिला काय वाटले कुणास ठाऊक, ती वाटेतच थांबली; ते "चल" म्हणाले तरी येईना. शेवटी ते तिला ढकलू लागले. अखेरीस हिसकाहिसकी झाली. सान्यांची बायको ओरडू लागली; पण त्या आडवाटेला चिटपाखरूही नव्हते. बिचारीने बराच प्रयत्न केला; पण सान्यांनी शेवटी तिला नदीत ढकलले ते ढकललेच. तिची एक किंकाळी ऐकू आली, वाऱ्यावर पदर फडफडला आणि पुन्हा सगळीकडे शांत झाले.

"तू काय केलंस मग?"

"मी? मी काय करणार? मी नुसता पाहत होतो."

"सान्यांनी तुला पाहिलं नाही?"

"नाही. म्हणजे मी त्यांना दिसलो नाही."

पंडित अत्यंत शहाण्यासारखा विचारल्या प्रश्नांची मुद्देसूद उत्तरे देत होता.

मला गेल्या महिन्यात त्याने मारलेल्या थापेची आठवण झाली. त्याही वेळी त्याने असेच नाटक केले होते. तेव्हा दुःखाचे. आता भीतीचे; पण अभिनय - कौशल्य तेच होते. तपशीलवार वर्णन करण्याची हातोटी तीच होती. मरणाच्या बातम्या देताना या अर्धवट मुलाच्या अंगात हे शहाणपण येते कुठून?

पण गेल्या वेळच्या अनुभवाने मी शहाणा झालो होतो. त्यामुळे पंडितच्या थापेने मी या वेळेस फसलो नाही. त्याच्या बातमीविषयी फारसे कुतूहलही दाखविले नाही. ''येईन पाहून'' एवढेच आश्वासन मी त्याला दिले.

पण तेवढ्यानेही त्याला खूप हुशारी वाटली. ''नक्की या हं पाहून'' असे म्हणून तो जायला निघाला. आता तो पुन्हा नेहमीसारखा खुळाबावळा दिसू लागला होता.

''जरा थांब.'' मी म्हटले. मी कोटाच्या खिशातून एक पुरचुंडी काढली. ''हे घे पेढे - तुला आवडतात ना?''

तो नेहमीसारखेच हिरड्या दाखवीत हसला. पेढे घेतले आणि ते तिथल्या तिथे खाऊ लागला.

तो गेल्यावर मी उठलो. सहज गावात चक्कर टाकून यावी अशा विचाराने. पंडितच्या बातमीत तथ्य नसणार, हे मला माहीतच होते. तसे नसते तर मी मरणाची बातमी घेऊन आलेल्या माणसाला पेढे दिले असते का? आणि त्याने तरी ते हसतहसत खाल्ले असते का?

तरीही म्हटले, साने वकिलांकडे एक चक्कर मारून यावी. मुद्दामच मी अंगात युनिफॉर्म चढविला.

साने वकिलांची आणि माझी ओळख अगदी अलीकडची. म्हणजे गेल्याच महिन्यात गणपतीला त्यांच्याकडे गेलो तेव्हाची.

साने काळाकुट्ट आणि धिप्पाड माणूस! आपल्या बायकोला तो फुलासारखे जपतो. ती आहेही नाजूक, गोरीपान, लहानखुरी, जुईच्या फुलासारखी. दोघांमध्ये वयाचे अंतरही बरेच असावे.

मी गेलो, तेव्हा साने आरामात तंगड्या पसरून पेपर वाचीत बसले होते. मला पाहताच त्यांनी आदबीने उठून आगतस्वागत केले. मी कशासाठी आलो असेन, याचे त्यांना आश्चर्य वाटत होते. ''आलो होतो सहज इकडे. म्हटलं जरा विचारपूस करून यावी. काय, वहिनी काय करताहेत?'' मी विचारलं.

त्याबरोबर त्यांच्या कपाळाला आठी पडली.

''आहे - घरात काम करतेय.'' कुणी आपल्या बायकोची चौकशी करावी हे सान्यांना बरोबर वाटले नसावे; पण ते फारसे दिसू न देता त्यांनी घरात साद दिली - ''अगं, दोन कप चहा आण करून मस्तपैकी.''

आमच्या गप्पा रंगात आल्या आणि ती चहा घेऊन आली.

क्षणभर मी तिच्याकडे पाहतच राहिलो. इतकी सुंदर, कोमल तरुणी या केसाळ प्राण्याबरोबर संसार करते, हे मला खरेच वाटेना.

साने खाकरले, तसा मी भानावर आलो. ते माझ्याकडे पाहत होते, या कल्पनेने मी भांबावलो.

काहीतरी उडतउडत बोलून मी त्यांचा निरोप घेतला.

दि. १६ ऑक्टोबर

एकूण हीदेखील पंडितची एक थापच निघाली.

दुसऱ्याच्या मरणाच्या बातम्या सांगण्याची ही काय विकृती त्याच्यात आहे, हे सांगणे कठीण आहे.

विकृती म्हणावे तर नेमक्या तेवढ्याच वेळेस तो नेहमीपेक्षा कितीतरी अधिक समजदार वाटतो.

हे कसे शक्य होत असेल ?

पण या वेळेस मी गेल्या खेपेइतका विचार केला नाही. एक न उलगडणारे कोडे म्हणून मी ही बाब मनाच्या एका कोपऱ्यात टाकून दिली.

बाकीचे मन दुसऱ्याच एका गोष्टीने व्यापले होते.

काल रात्रीही मला चांगली झोप लागली नाही. ओळखीच्या केमिस्टकडून आणलेल्या झोपेच्या गोळ्यांची बाटली घरात होती म्हणून बरे!

पण या निद्रानाशाचे कारण पंडित नव्हता.

हातात चहाचे कप घेतलेल्या सान्यांच्या बायकोची मूर्ती पुन:पुन्हा माझ्या डोळ्यांसमोर येत होती.

इतक्या सुंदर तरुणीचे मरण कल्पनेतदेखील आणणाऱ्या पंडितचा मला विलक्षण राग आला...

दि. २३ ऑक्टोबर ...

आज दुपारी पंडितची आई वारली.

अगदी अचानकपणे, साप चावून.

एकूण एक प्रकार पंडितने सांगितल्यासारखा झाला. इंधन आणण्यासाठी रानात गेली असताना तिला सर्पदंश झाला. उपचार करण्यापूर्वीच ती मेली. मरताना सारे बळ एकवटून तिने पंडितच्या पाठीवर हात ठेवला. जणू त्याच्यामध्येच काय तो तिचा प्राण अडकला होता.

पण या वेळेस पंडित बिलकूल रडला नाही. त्याच्या लेखी हे सारे एकदा

होऊन गेले होते, त्या वेळेस त्याने पोटभर रडून घेतले होते. आता रडण्याची गरजच नव्हती.

एखादी जुनी आठवण यावी, तितक्या त्रयस्थपणाने त्याने सारे दु:ख सहन केले.

कोरड्याठाक डोळ्यांनी.

काय असावा हा प्रकार?

मी हतबद्ध झालो आहे.

दि. २४ ऑक्टोबर...

काल रात्रभर माझ्या डोळ्याला डोळा नाही.

अचानक पंडितचे कोडे मला उलगडल्यासारखे झाले आहे.

रात्रभर विचार करून मला काही उत्तरे सापडली आहेत.

पंडितला आईचा मृत्यू आधीच दिसला होता.

त्या वेळेस तो घडलेला नव्हता, म्हणून मला तो खोटा वाटला; पण तो खोटा नव्हता. फक्त भविष्यात घडावयाचा होता.

पंडित खोटारडा नाही. पंडित द्रष्टा आहे.

एकदम एका प्रश्नाचे उत्तर मिळाले. पूर्वी कधीतरी मी डायरीत लिहिले होते की, देव पंडितसारखी माणसे का जन्माला घालतो?

आपल्याला कळत नसेल, पण या माणसाच्या अस्तित्वाचा हेतू वेगळा असेल?

देवाने या माणसाला सर्वसाधारण बुद्धीसुद्धा दिलेली नाही, पण एक असाधारण शक्ती दिली आहे.

ही शक्ती कदाचित त्याची त्यालादेखील माहीत असेल-नसेल. पण ती त्याच्यात आहे. मरणाचा कानोसा त्याला इतर कुणाच्याही आधी लागतो.

बाप रे! हाउ टेरिबल!

हे लिहिता लिहिता एकदम एक गोष्ट माझ्या ध्यानात आली –

पंडितचे दुसरे भविष्य –

म्हणजे साने वकिलांनी बायकोला नदीत ढकलून – तेदेखील आज ना उद्या खरे होणार –

नाही, असे होऊन चाला...

दि. २५ ऑक्टोबर...

काल डायरी लिहितालिहिता ती अर्धीच सोडून मी पंडितकडे धावत गेलो.

मी विसरलोच होतो. आईला पोहोचविल्यानंतर गावातले कुणीतरी त्याला आपल्या घरी घेऊन गेले आहे.

मी तसाच परतलो. सारी रात्र विलक्षण बेचैनीत घालविली. शेवटी झोपेची एक गोळी घेतली तेव्हा कुठे झोप आली.

आज मी निश्चय केला. मी पंडितचे भविष्य खोटे ठरवणार आहे. रोहिणीला मी तसे मरू देणार नाही.

रोहिणी – एकदम हे नाव कसे लिहिले गेले? तिचे नाव रोहिणी हे मला कसे माहीत झाले? रो-हि-णी- किती सुंदर नाद आहे या नावाचा?

रो-हि-णी.

दि. २८ ऑक्टोबर...

'इच्छा तेथे मार्ग' म्हणतात, अगदी तसेच झाले.

साने वकिलांकडे आम्हा चार प्रतिष्ठित लोकांना दिवाळीच्या फराळाला बोलाविले होते.

गप्पा रंगल्या होत्या.

रोहिणी तांब्यातून मला पाणी देत होती. संधीचा फायदा घेऊन मी तिला हळूच सांगितले, "उद्या दुपारी तीन वाजता घरी भेटा. महत्त्वाचे काम आहे."

तिने हलकेच मान डोलावली.

गप्पांच्या ओघात कोणी तरी माझा पत्ता विचारला. मी तो मुद्दामच तिला ऐकू जाईल अशा रीतीने समजावून सांगितला. ती गालातल्या गालात हसली. चतुर आहे!

उद्या तिला बोलावले होते खरे; पण काय सांगणार? "तुझा नवरा तुझा खून करणार आहे. सांभाळ –'' असे? आणि याला पुरावा? पंडितचे भविष्य? त्या खुळ्याचे? नाही – पंडित खुळा नाही. तो एक फार मोठा – फार वेगळा माणूस आहे.

किती दिवसांत भेटला नाही. लहान मुलासारखा जवळ आला नाही. त्याला गोड आवडते. दिवाळीचे गोडधोड कोणी त्याला दिले असेल का? पण पंडितविषयी मला काहीही वाटत असले तरी ते मी तिला कसे पटवून देणार?

तरीही तिला सावध करायलाच हवे.

ते माझे कर्तव्यच आहे. एक पोलिस अधिकारी या नात्याने!

दि. ३० ऑक्टोबर...

काल दुपारी स्टेशनवरून सटकलो आणि घरी गेलो. बरोबर तीन वाजता रोहिणी आली.

आज ती इतकी सुंदर दिसत होती! मला वाटते बाहेरच्या कपड्यांत आज मी तिला प्रथमच पाहत होतो म्हणून किंवा कदाचित – कदाचित त्या राक्षसाच्या पहाऱ्यातून सुटल्यामुळे तिचा चेहरा अधिक प्रसन्न, अधिक मोकळा दिसत असावा.

मला बोलायचे होते ते सारे राहून गेले.

आणि तरीही आम्ही दोघे जवळजवळ तासभर बोलत होतो. ती माडीवरची माझी एकान्त खोली, बाहेर शांत पसरलेली दुपार, शरीरातून चढणारी एक मस्त सुस्ती आणि समोर बसलेले ते सुंदर चित्र – परकेपणामुळे अधिकच हवेहवेसे वाटणारे – मला संयम ठेवणे कठीण जात होते...

आम्ही निरोप घेतला तो पुन्हा भेटण्याचा वायदा करूनच.

दि. ७ नोव्हेंबर...

गेल्या आठवड्यात आम्ही तीन वेळा भेटलो. प्रत्येक भेट चोरटी होती; पण प्रत्येक भेट आधीच्या भेटीपेक्षा अधिक सुंदर होती.

एक दिवसाआड आम्ही भेटत आहोत. तरीही ते अपुरे वाटते.

यापुढे दररोज भेटायला हवे. तेदेखील अपुरेच वाटणार.

दिवसातून दोन वेळा – तीन वेळा –

दिवसाचा प्रत्येक क्षण –

दि. २० नोव्हेंबर...

सुरुवातीच्या भेटीमध्येच रोहिणी माझ्याशी मन मोकळे करून बोलली. सानेसारख्या रुक्ष, अहंमन्य माणसावर तिचे बिलकुल प्रेम नाही. स्वत:च्याही नकळत ती माझ्यावर प्रेम करू लागली आहे.

मी मुंबईला ट्रान्स्फर घेण्याचा प्रयत्न करीत आहे. एकदा का मी या गावापासून दूर गेलो की रोहिणी माझ्याकडे येऊ शकेल. आम्ही घटस्फोटाची रीतसर नोटिस साने वकिलांना पाठवू.

तूर्त तरी त्यांना आमचा बिलकुल संशय आलेला नाही. मी निरनिराळ्या निमित्तांनी त्यांच्याकडे जातो. पोलिसचा माणूस म्हणून ते माझ्याशी अदबीने वागतात. मला मान देतात. माणूस तसा शेळपट आहे. कुणाचा खून करण्याइतके धाडस त्याच्या अंगात असेल असे वाटत नाही. असली माणसे खून करीत नाहीत. आत्महत्या करतात.

दि. २२ नोव्हेंबर...

"साने वकिलांनी आत्महत्या केली. गळ्याभोवती दोरीचा फास लावून घेऊन. ही ऽ गर्दी जमली आहे पाहायला." पंडित उत्साहाने सांगत आला.

त्याच्या सांगण्याच्या पद्धतीने ती बातमी मला क्षणभर इतकी खरी वाटली, की मी जागचा उठलोदेखील.

मग पुन्हा खाली बसलो. पंडित सांगतो ती बातमी नसते. भविष्यवाणी असते. म्हणजे असे समजायचे. कारण त्याच्या द्रष्टेपणावर आता माझा फारसा विश्वास राहिलेला नाही. एकदा एका योगायोगाने त्याचे शब्द खरे ठरले, पण नेहमी तसे होत नाही. ते दुसरे भविष्य –

''घरात कुणी नव्हते. एकटे साने वकील होते.'' पंडित सविस्तर वर्णन करीत होता.

माझ्या डोळ्यांसमोर पुढचे चित्र दिसू लागले. रोहिणी मुंबईला माझ्याकडे निघून आली आहे – साने वकील संतापाने आणि निराशेने वेडेपिसे झालेले आहेत – त्या संतापाच्या भरातच ते गळफास लावून आत्महत्या करतात... पंडितचे हे भविष्य खरे ठरण्याची शक्यता आहे.

आणि मला एकदम आठवले. साने वकील या वेळेस खरोखर एकटे असतील.

रोहिणी माहेरी गेली आहे. शेजारच्याच गावी तिचे माहेर आहे.

लिहून ठेवायला लाज वाटते, पण क्षणभर आशा वाटली की, पंडित म्हणतो तशी आत्ताच साने वकिलांनी आत्महत्या केलेली असेल तर – !

मी उठलो आणि तडक साने वकिलांकडे गेलो.

साने काम करीत बसले होते.

थोड्याफार गप्पा मारून घरी परतलो. रोहिणीचा विषय निघाला होता, पण मी मुद्दामच विशेष इंटरेस्ट दाखविला नाही.

दि. २५ नोव्हेंबर...

परमेश्वरा, अखेरीस ती भयंकर बातमी तू मला ऐकवलीस!

आज संध्याकाळचीच गोष्ट.

साने वकील सायकलवरून बोंब ठोकत गावात आले. म्हणे ते रोहिणीला तिच्या माहेरहून घेऊन येत असताना नदीकिनाऱ्यावर सायकल कलंडली आणि रोहिणी नदीत पडली – ढोंगी माणूस! रडत होता, ओरडत होता!

सगळे लोक हळहळत होते.

मी अवाक्षरही बोललो नाही. पण पोलीस रूटीन म्हणून ॲक्सिडेंटच्या जागी जाऊन यावे लागले. तो बदमाष मारीत होता, त्या सगळ्या थापा ऐकून घ्याव्या लागल्या.

घरी येऊन सुन्न पडलो आहे. झाले, ते खरेच वाटत नाही.

जाऊ द्या. आता माझ्याने पुढे लिहवतदेखील नाही.

दि. २७ नोव्हेंबर .. ..

आज दिवसभर मी ड्यूटीवर गेलोच नाही. सिक-नोट पाठवली आणि घरीच झोपून राहिलो. अचानक जाग आली तर पंडित उभा. काय दचकलो मी! आता तर तो भुतासारखाच दिसत होता. आई गेल्यापासून त्याचे अधिकच हाल झालेत. चेहरा राखाडी झाला आहे. हातापायांची नुसती हाडेच दिसताहेत.

पाहून मला भडभडून आले. "तू आजपासून माझ्याकडेच राहा पंडित." मी त्याला म्हटले, "राहशील?" त्याने मान डोलावली.

"आज काय सांगायला आलास बाबा? कोणाची बातमी?" मी अर्धवट गमतीने व अर्धवट दु:खाने म्हटले.

"माझीच." तो म्हणाला आणि हिरड्या दाखवीत हसला.

"म्हणजे?" मी धसकून विचारले.

"आज तू मला पेढे दिलेस. छान होते. मला आवडले. तू पेढे देत होतास, आणि मी खात होतो."

"एवढंच दिसलं ना तुला? मग हरकत नाही." मी सुटकेचा नि:श्वास टाकला.

मनातल्या मनात मी खट्टू झालो, कितीतरी दिवस मी पंडितला काहीच गोडधोड आणून दिले नव्हते. बिचाऱ्याला भास होत होता, मी पेढे दिल्याचा.

अचानक रोहिणीच्या आठवणीने एक कळ उठली. "तुझं खरं झालं पंडित. त्यानं दावा साधला. तो जिंकला." मी म्हणालो.

'तो मेला.' पंडित गळ्याशी हात धरून म्हणाला. "गळफास लावून घेतला त्यानं."

"नाही पंडित." मी पंडितला वर्तमानकाळात आणण्याचा व्यर्थ प्रयत्न करीत म्हटले, "तो जिवंत आहे, पण मी त्याच्या गळ्याभोवती फास अडकवल्याशिवाय राहणार नाही."

दि. २८ नोव्हेंबर...

'अपघाता'च्या दिवसापासून साने वकिलांच्या घरावर पोलिसांची सक्त नजर आहे. मीच पोलिस सुपरिंटेंडंटना सांगून तशी व्यवस्था करून घेतली आहे. साने वकिलांना आपल्या पापापासून दूर पळण्याची संधी मिळू नये म्हणून!

आज संध्याकाळी मी सान्यांकडे गेलो. खिशात रिव्हॉल्व्हर होते. त्याचा उपयोग करण्यासाठी हात शिवशिवत होते; पण मी महत्प्रयासाने मनावर संयम ठेवला होता.

साने काळोखात गुडुप्प बसून राहिले होते. त्यांचे सांत्वन करायला आलेले लोक नुकतेच गेले असावेत. त्यानंतर ते दिवा लावायलादेखील उठले नसावेत.

मला दारात पाहून ते थोडे दचकले. क्षणभरात त्यांनी मला ओळखले. ते दिवा लावू लागले.

“हं – दिवा लावू नका. तुमचं तोंड बघण्याची इच्छा नाही मला.” मी त्यांना झापले. “मी तुमचं सांत्वन करायला नाही आलो साने.”

“मग? मग काय हवंय तुम्हाला?” माझ्या स्वराने वरमून साने म्हणाले.

“मी एवढंच सांगायला आलोय साने, की तुम्हाला वाटतं तसं जग तुमच्या भूलथापांना फसलेलं नाही. निदान मी तरी फसलो नाही. मला चांगलं कळतंय की तुम्ही रोहिणीचा खून केलात.”

“काय? बोलता काय हे? तो अपघात होता. माझी सायकल –”

“बस बस – हे मला सांगू नका. मीच तुम्हाला सांगतो हा खून कसा झाला ते. तुम्ही सायकल थांबवलीत. नंतर रोहिणीला कड्याशी नेलंत. पहिल्यानं तिच्या ते लक्षात आलं नाही... नंतर लक्षात येताच ती सुटका करून घेण्याचा प्रयत्न करू लागली – तुम्ही तिला ढकलत ढकलत –”

“पुरे –! कोण होतं तिथं? कोण होतं?”

“एक साक्षीदार होता; पण तुम्हाला तो दिसणं शक्य नव्हतं.”

साने आता पुरते घाबरले होते. त्या काळोखात घुमणाऱ्या माझ्या स्वराने पछाडल्यासारखे झाले होते.

“मग मी? मी काय करायला हवं होतं?” बचावाच्या सुरात ते म्हणाले, “तुमचे चोरटे संबंध चालू द्यायला हवे होते? तुम्हाला वाटलं, मला संशय आलेला नाही – पण तुम्हाला कल्पना नाही – आतल्या आत मी नुसता जळत होतो – संधीची वाटत पाहत होतो ”

“शेळपट माणसा, सूड घ्यायचा तर तू माझ्यावर घ्यायचास – पण तू मला घाबरत होतास म्हणून तू – तू तिला नदीत ढकललंस; पण लक्षात ठेव. तू माझ्यापासून बचावणार नाहीस – उद्या सकाळपर्यंत तू ॲरेस्ट होशील; आणि मग अब्रूची लक्तरं लोंबवीत लोंबवीत, दर दिवशी मरत मरत केव्हा तरी फाशी जाशील.”

त्या काळोखात घुमून परत येणारा माझा आवाज ऐकता ऐकता मला वाटू लागले, की आपण कुणातरी दुसऱ्याचेच शब्द ऐकत आहोत. माझ्याऐवजी दुसरेच कोणीतरी ही भडक, नाटकी भाषा वापरून कुणातरी असहाय माणसाला दमात घेत आहे. चालले आहे, हे सगळे एखाद्या भयंकर स्वप्नासारखे खोटेखोटे आहे. आम्ही दोघे कोणाच्या तरी नाटकातला ‘पार्ट’ करीत आहोत; आणि तिसरेच कोणी तरी आम्हाला ते करायला लावीत आहे. मी आणि साने, दोघेही शिकविलेली वाक्ये म्हणत आहोत. एकमेकांना काटशह देत आहोत. दुसरेच कुणी तरी आम्हाला तसे करायला भाग पाडीत आहे.

मी धाडदिशी दार लावून घेतले आणि तिथून बाहेर पडलो.

दि. २९ नोव्हेंबर...

आज सकाळी अपेक्षित बातमी आली.

साने वकिलांनी गळफास लावून आत्महत्या केली होती. काल रात्री.

ते मेल्याचा मला बिलकुल आनंद झाला नाही. किंबहुना त्यांनी रोहिणीचा खून केला, याविषयी द्वेषाची भावनादेखील माझ्या मनात आता उरली नव्हती. बिचारे साने वकील! कुणीतरी त्यांच्याकडून एक 'जॉब' करवून घेतला. त्यांनी केलेला 'खून'ही अटळ होता आणि त्यांचा मृत्यूही अटळ होता.

ती दोन्ही मरणे आधीच ठरली होती. इतकेच नाही तर कुणी तरी ती पाहिली होती. आमच्या पंडितनेच! ती दोन आणि आणखी एक!

परमेश्वरा, या माणसाला तू का जन्माला घातलेस ते आता मला नीट कळले. काहींचे आयुष्य स्वतःचा आकार घेते. काही दुसऱ्याच्या आयुष्यांना आकार देतात; आणि मरणालाही.

पंडित, ही भविष्ये तू मलाच येऊन सांगायची, हीदेखील आधीची योजनाच होती. रोहिणीचे मरण तू मला सांगितले नसतेस तर मी त्या उद्देशाने सान्यांकडे गेलोच नसतो. तिची सुटका करायचे ठरवलेच नसते आणि सान्यांनी मग तिचा खूनही केला नसता, आत्महत्याही केली नसती.

छे छे, पंडित, हे द्रष्टेपण भयंकर आहे. तू दुसऱ्यांची मरणे पाहणार आणि मग ती खरोखरीची ओढवणार. हे फार धोक्याचे आहे पंडित, त्यातून तू हा असा खुळा – कुठेही, काहीही बोलणारा – अरे, मी म्हणून तुला समजू शकतो. पण लोक तुझे हालहाल करतील. तुझ्या द्रष्टेपणाचा वाटेल तसा फायदा घेतील. फार हाल करतील तुझे आणि दुसऱ्यांचेही! फार हाल करतील...

मी माझ्याकडच्या बाटलीतल्या झोपेच्या गोळ्यांची अर्धी बाटली एका कागदावर उपडी केली. खिशातली पुरचुंडी काढली. त्यातल्या पेढ्यांचा एक लगदा केला. त्यात ती पूड मिसळली. पंडितला बोलावले. एखाद्या पाळीव जनावराप्रमाणे तो जवळ आला. पेढे पाहताच त्याचे डोळे चमकले. हिरड्या दाखवीत तो चेहराभर हसला.

"घे – हे पेढे घे –" त्या लगद्याचा एकेक गोळा करीत मी त्याला भरवू लागलो. "खा – पेढे खा..."

त्याने माझ्या गुडघ्यावर डोके टेकले. एखाद्या जनावरासारखा तो स्वस्थपणे डोके टेकून खाऊ लागला. माझ्या घशात आवंढा आला. त्याच्या डोक्यावर थोपटीत थोपटीतच मी त्याला पेढे भरवीत राहिलो.

खाता खाता, माझ्या मांडीवर डोके ठेवूनच तो कधीतरी झोपी गेला.

◆

꧁ लपा-छपी ꧂

आम्ही तिघेजण आहोत.

मोठा विल्कू, छोटा विल्कू आणि मी. मीदेखील विल्कूच आहे.

आमचं तिघांचंही खरं नाव विलास; पण सगळी आम्हाला विल्कू म्हणतात. आजीनं मला लाडानं ''माझा विल्कू तो'' असं म्हणायला सुरुवात केली. तेव्हा सगळे आता मला विल्कूच म्हणायला लागले.

आणि ते दोघे? – त्यांना कसं काय पडलं हे नाव? असं तुम्ही विचाराल.

विचारलंत तर तुमची 'फ ऽ ऽ' झाली! कारण अहो, आम्ही तिघं वेगवेगळे नाहीच मुळी. एकच आहोत.

आणि तरीही आम्ही तिघेजण आहोत.

मोठा विल्कू, छोटा विल्कू आणि मी – विल्कूच.

तुम्ही म्हणाल, हे कसं शक्य आहे?

तीच तर आमची गंमत आहे –

एक गुपित आहे –

जंमत आहे जमाडी जंमत –

आम्हा तिघांचा तो एक खेळच आहे म्हणा ना! लपा-छपीचा!

मी भोज्या असतो. छोटा विल्कू आला की मोठा विल्कू लपायला जातो. मोठा लपला की, छोटा शोधून काढतो आणि तो सापडला की स्वतः लपून बसतो.

लोकांना फक्त भोज्याच दिसतो. म्हणजे मीच; आम्ही तिघेजण आहोत हे त्यांना ठाऊकच नाही.

वयानं अर्थात आम्ही सारखेच आहोत. पण मोठा दादागिरी करतो म्हणून मी त्याला 'मोठा' म्हणतो. तर हा मोठा विल्कू म्हणजे एक नंबरचा डांबरट आहे. तो कश्शाकश्शाला घाबरत नाही. भुताला नाही की, काळोखाला नाही; आणि भयंकर हुशार! भराभर भराभर चालतं त्याचं डोकं!

नाही तर छोटा विल्कू! एक नंबरचा रड्या. एकसारखी त्याला आपली भीती वाटते, नाही तर लाज वाटते. आजी अजून त्याचे अगदी लहान बाळासारखे पापे काय घेते, लाड करते! आणि मुख्य म्हणजे त्यालाही ते आवडतं.

लोकांनादेखील छोटा विल्कू आलेला आवडतो. मग ते मला म्हणतात, "कित्ती गोऽड मुलगा आहे!" आणि गालगुच्चा घेतात. माझे गुलाबी गाल मग अधिकच लालबुंद होऊन जातात. माझे लालचुटुक ओठ आणि सदान्‌कदा पाण्यानं भरल्यासारखे दिसणारे डोळे सगळ्यांना भारीच आवडतात. सगळे मला जवळ घेतात आणि माझ्या डोळ्यांकडे पाहून म्हणतात, "बिच्चारा – आईवेगळा पोरगा!"

हे ऐकलं की छोट्या विल्कूला रडू येतं. पण मोठा विल्कू कधीच रडत नाही.

आजीदेखील मला कितीदा तरी जवळ घेऊन "आईवेगळा पोरगा" म्हणते.

ती सांगते की माझी आई माझ्या जन्माबरोबरच मरून गेली.

खरंच, मरून जातात म्हणजे काय होतं माणसांचं?

मी एक मोठी म्हैस मरून गेलेली पाह्यलीय. खूप वेळ ती आपली पडूनच होती. हालचाल नाही की काही नाही. आणि कुणी तिला टोचून उठवण्याचा प्रयत्नदेखील केला नाही. मग लोक आले आणि तिला घेऊन गेले.

मला वाटायचं की आई पण अशीच पडून राहिली असेल. बराच वेळ. मग लोक येऊन तिला घेऊन गेले असतील.

कुठं?

एके दिवशी मला कळलं, मेलेल्यांना कुठं नेतात ते. सोनाराचा जना मोठ्ठा चौकस होता. त्यानंच मला सांगितलं. तो म्हणाला, "माणसं मेल्यानंतर त्यांना जाळतात." मी पटकन बोलून गेलो, "छट्, असं कसं शक्य आहे? जाळलं म्हणजे मरणार नाहीत का ती?"

हे आपलं असंच आजीचं ऐकलेलं. ती स्टोव्ह पेटवताना जवळ गेलं की म्हणायची, "लांब हो, भाजून मरशील." आणि मग काकडा घासलेटात बुडवायची आणि त्याला काडी लावायची. काकडा भपकन पेट घ्यायचा.

जना हसला आणि म्हणाला, "वेडाच आहेस! अरे, एकदा मेलेलं माणूस परत कसं मरेल?"

मग त्यानं मला एकदा गुपचूप स्मशानात नेलं आणि तिथं चितेवर ठेवलेल्या माणसांना जाळलेलं दाखवलं.

तरीही त्या मेलेल्या माणसांना जाळताना कसं वाटलं असेल ते मला कळलंच नाही.

जना म्हणाला, "मेल्यानंतर काही वाटतबिटत नाही सगळंच बंद!"

आई अशीच 'बंद' होऊन गेली असेलसं मला वाटायचं. एकदा मी एक मांजराचं पिल्लू पाण्यात पडून मेलेलं पाहिलं. कुठं तरी गटारीत. पाणी थोडंसंच होतं, आणि त्या मेलेल्या पिल्लावरून सावकाश वाहत होतं. पिल्लू एका कडेला अडकून बसलं होतं. त्यामुळं ते पाण्याबरोबर वाहतही नव्हतं; पण पाण्याच्या धक्क्याबरोबर त्याचं चिमुकलं शरीर मागंपुढं हलायचं. मी ते जनाला दाखवलं. विचारलं – "मेलेलं मांजर हलतं कसं?"

"वेडा!" तो म्हणाला, "ते काय आपणहून हलतंय का? ते झिजूनझिजून जाईल – पण त्याला हालता येणार नाही! अरे, ते मेलंय्. पाण्यात घुसमटून!"

"घुसमटून? म्हणजे?"

"म्हणजे गुदमरलं – श्वास घेता येईनासा झाला. आपण नाही का –एखाद्या बंद पेटीत बसलो तर आपल्याला श्वास घेता येणार नाही. आपण मरून जाऊ!"

मी विचारात पडलो. मरून गेल्यावर आपल्याला काय वाटेल?

आईला काय वाटलं असेल? मरताना? मेल्यावर?

मेल्यावर बहुधा काहीच वाटलं नसेल. पाण्याबरोबर मागंपुढं होणाऱ्या त्या मांजराच्या पिल्लाला कुठं काय वाटत होतं? मेलेल्यांना काही वाटत नाही. वाटलं तरी सांगता येत नाही. काहीच करता येत नाही.

म्हणजे मेलेल्या लोकांना मुळीच घाबरायला नको. ते आपल्याला काहीच करू शकत नाहीत.

आई मेल्यामुळं माझा एक फायदा झाला. मला आजीकडेच राहायला मिळालं. शहाडला.

त्याची काय मजा झाली की, माझ्या जन्माबरोबर आई वारली ना; म्हणून अण्णांच्या डोक्यानं घेतलं की, मीच आईला मारलं. अण्णा म्हणजे माझे वडील.

एखाद्याला मारायचं म्हणजे काय प्रकार असेल? आणि मी मारलं म्हणे. अगदी जन्मानंतर थोड्याच वेळात! एखाद्या तान्ह्या बाळालासुद्धा तर मारता येतं म्हणायचं! मी – मी आईला मारलंच होतं की! निदान अण्णा असं म्हणायचे.

तर अण्णा माझ्यावर भयंकर संतापले. आईला मारणाऱ्या या मुलाचं मला तोंडदेखील बघायचं नाही, असं म्हणाले आणि मला इथंच आजीकडे टाकून चालते झाले. मुंबईला! हे सगळं मला नंतर आजीनं सांगितलं. सांगताना तिच्या डोळ्यांत चक्क पाणी आलं.

नंतर अण्णांचा माझ्यावरचा राग थोडा कमी झाला. कदाचित ते इथं शहाडला आले असताना सगळा वेळ छोटा विल्कूच आलेला होता, म्हणून असेल. पण ते मला मुंबईला न्यायला तयार झाले. म्हणजे त्याच तयारीनं ते आले होते. पण आजी म्हणाली, "राहू दे अजून माझ्याचकडे. लहान आहे पोर.

तिकडं त्याची आबाळ होईल.'' तशी अण्णा मला न घेताच परत गेले.

त्या वेळी मला उलट मजाच वाटली. शहाड छोटंसं गाव आहे; पण मस्ती करायला खूप छान! शाळेत जायचा मी, पण सक्ती नव्हती. रात्री लवकर झोपून जावं, सकाळी वाटेल तितका वेळ लोळत पडावं, मित्र जमवून खूप गंमत गंमत करावी, आणि आजीनं लाडानं दिलेला चांगलाचुंगला खाऊ चिक्कार खावा! आजी कधीच रागावत नसे माझ्यावर. तिला थोडा राग येतोय असा नुसता संशय जरी मला आला, तरी माझे डोळे भरून यायचे. ती लगेच विरघळून मला पोटाशी धरायची आणि वर साखर पेरलेली साय नाही तर राजगिऱ्याची वडी, नाही तर असलंच काहीतरी द्यायची.

अण्णा येऊन गेले त्याला दोन वर्षे झाली. अण्णा परत फिरकले नाहीत. मला वाटतं माझी कटकट आयतीच टळली म्हणून ते खूष झाले असतील. पण आता मला शहाडचा कंटाळा आलाय. मला खरं म्हणजे मुंबईला जायचंय अण्णांकडे.

मुंबई म्हणजे खूप गंमत असते म्हणे! आमच्या घरापलीकडचा मोंडकरांचा राघव सांगायचा.

तो मुंबईला दोन महिने राहून आला होता. मुंबईतले मोठमोठे रस्ते, दुकानं, मोटारी, सिनेमा, सगळ्यासगळ्यांचं वर्णन करीत होता. नाही तर आमचं अंधारं शहाड! संध्याकाळ झाली की नुसतं चिडीचूप व्हायचं! जिकडेतिकडे काळोख पसरायचा – अंधाऱ्या सावल्या आणि त्यात किरकिरणारे रातकिडे!

''बस्स – आपण बुवा मुंबईला जाणारच !'' मोठा विल्कू म्हणाला.

''पण कसं?'' मी विचारलं. मोठ्या विल्कूनं फक्त डोळे मिचकावले.

''काय रे, स्वत:शी बडबडतोस की काय तू ?'' मोंडकरांचा राघव म्हणाला आणि जोरजोरानं हसायला लागला. ''हे ऽ ऽ विल्कू वेडा झाला – विल्कू वेडा झाला –'' म्हणून टाळ्या पिटायला लागला.

मला त्याचा असा संताप आला! पण काय करणार? मी मोठ्या विल्कूशी बोलत होतो, हे काही मला त्याला सांगता आलं नसतं. त्याला मुळी ते समजलंच नसतं. शिवाय ते तर आमचं गुपित होतं!

''पण या चोंबड्या राघवला कधी तरी धडा शिकविलाच पाहिजे!'' मोठा विल्कू फणफणत म्हणाला, ''फारच हुशारी करतो लेकाचा!''

''श्श –'' मी त्याला कसंबसं गप्प बसवलं; पण मोठा विल्कू असा चटकन गप्प बसणारा नव्हता. तो मला दररोज आठवण करून द्यायचा.

''राघवचं काय करायचं?''

राघव शाळेत माझ्याच वर्गात होता. अभ्यासात हुशार होता. त्याचा नंबर माझ्या वरती असायचा. पण त्यासाठी तो इतका आखडायचा! प्रत्येकाला हुशारी दाखवायचा. मास्तरांच्या पुढे पुढे करायचा. मला हे अगदी आवडत नसे; पण मला काहीच बोलता यायचं नाही.

त्यातून तो राहायचा आमच्या घराच्या अगदी जवळच – मागच्या बाजूला! त्यामुळे दुपारी खेळायला तो आमच्या इथं यायचा.

त्यांच्या घरात चिक्कार माणसं होती. त्यामुळे सुट्टीच्या दिवशी दुपार झाली म्हणजे जेवून हातावर पाणी पडल्याबरोबर तो आमच्या इथं यायचा. आमचं घर कमालीचं मोठं होतं – आणि त्यात आम्ही दोघंच राह्यचो. मी आणि आजी!

घरभर फिरून पाय दुखतात, अशी तक्रार आजी करायची, इतकं आमचं घर मोठं होतं. अंगण, ओटा, देवघर, आणखी चिक्कार खण, शिवाय वरती माडी, माडीवर अगदी एका टोकाला अडगळीची खोली होती.

अडगळीच्या खोलीत काय काय गमती होत्या एकेक! काय पाहिजे ते तिथं पडलेलं असायचं. फुटकी गळकी भांडी, गंजलेल्या ट्रंका, एक लाकडी पाळणा, दोन अगडबंब लाकडी पेट्या, फाटकी पुस्तकं. सगळ्यांवर धुळीचा जाड थर पसरलेला होता आणि कोपऱ्याकोपऱ्यांत कोळिष्टकं लोंबत होती.

तसं आमचं सगळं घरच इतकं जुनाट होतं! भिंती उखणलेल्या आणि पायऱ्या तुटलेल्या. वापर नसल्यामुळे खोल्या तशाच धुळीनं भरून गेल्या होत्या. कौलांमधून गवत वाढलं होतं. गावच्या वेशीवर एक पांढऱ्या जटा लोंबत असलेली थेरडी वेडी बसायची. तिच्यासारखं आमचं घर बाहेरून दिसायचं. आत दिवसादेखील काळोख असायचा आणि संध्याकाळी एखाद-दोन दिवे त्या थेरड्या वेडीचे डोळे लुकलुकल्यासारखे चमकायचे.

पण लपा-छपी खेळायला काय मस्त जागा होती! लपायला पाहिजे तेवढी ठिकाणं आणि काळोख! शिवाय जागोजागी दारं. एका बाजूनं पळावं आणि खुशाल दुसरीकडून प्रकट व्हावं.

सुट्टीच्या दिवशी आम्ही चिक्कार मजेत लपा-छपी खेळत असू. खूप आरडाओरडा, धावाधाव, हसणं-खिदळणं! भलतीच गंमत! आमचा कंपू ठरलेला होता. मुलं-मुली मिळून आठ-दहाजण होता आम्ही. त्यातच मोंडकरांचा राघव पण होता!

एके दिवशी काय गंमत झाली – आम्ही खेळत असताना मोठा विल्कू आला. दावतरांच्या मंजूवर राज्य आलं होतं. मैनीनं तिचे डोळे झाकले. आम्ही बाकीचे सगळे लपायला गेलो.

सगळे लपायला जागा शोधत असताना मोठा विल्कू माझ्या कानात कुजबुजला ''राघवची गंमत करू या?''

"नको विल्कू, उगाच काही तरी करू नकोस. राघवची आई रागावेल." मी त्याला रोखण्याचा प्रयत्न केला.

पण मोठा विल्कू माझं ऐकणार नव्हता, तो कुणाचंच कधी ऐकत नसे आणि मलाही ते ठाऊक होतंच.

तो हसला आणि म्हणाला, "तुला आठवतंय – आज सकाळी शाळेत तो काय सांगत होता? तुझ्याविषयी?"

मला आठवत होतंच. सकाळी मुलांचा एक घोळका जमवून तो त्यांना माझ्याविषयी हलक्या आवाजात काही तरी सांगत होता. ते सगळे माझ्याकडे पाहून हसत होते. कुजबुजत होते. बहुधा तो त्यांना सांगत असावा की विल्कूला वेड लागलंय – तो स्वतःशीच बोलतो.

– की त्याला आम्हा तिघा विल्कूंचं गुपित समजलंय?

"आपलं गुपित कोणालाच कळता कामा नये." मोठा विल्कू म्हणाला.

मी नुसती बावळटासारखी मान डोलावली.

मोठा विल्कू राघवजवळ गेला. राघव लपण्यासाठी जागा शोधण्याच्या गडबडीत होता. मोठा विल्कू त्याला म्हणाला, "इकडे ये. तुला मस्त जागा दाखवतो लपायला."

राघव खिदळतच बरोबर गेला.

दोघेजण माडीवर गेले. पलीकडच्या खोलीत – अडगळीच्या!

"काय मस्त जागा आहे!" राघव आनंदानं ओरडला.

"इकडे बघ – एक गंमत आहे!" मोठा विल्कू म्हणाला.

त्यानं तिथल्या अडगळीतली एक मोठी लाकडी पेटी उघडली. तिच्या झाकणाचा 'कर्रर' आवाज झाला. खोलीतल्या शांततेत तो केवढा तरी वाटला.

"बस आत – लवकर. कुणाला पत्ता लागायचा नाही. तू बिलकूल सापडायचा नाहीस." मोठ्या विल्कूनं सांगितलं.

राघव खिदळतच पेटीत जाऊन बसला.

मोठ्या विल्कूनं पेटीचं झाकण लावून घेतलं.

एवढ्यात खोलीच्या दारात कुणाची तरी चाहूल लागली.

"कोण आहे?" मोठ्या विल्कूनं विचारलं.

उत्तर मिळालं नाही.

जवळच एक मोठा खिळा पडला होता. कधीपासून तो तिथं होता कोण जाणे! पार गंजून गेला होता. मोठ्या विल्कूनं तो पेटीच्या कडीत अडकवून टाकला, आणि तो माडीवरून खाली आला.

मी जेमतेम दारामागे लपलो, एवढ्यात 'सुट्यो' झालं. मी पटकन सापडलो.

दावतरांच्या मंजूनं एकेकाला पटापट शोधून काढलं. सापडले नाहीत फक्त दोघे. एक सोनाराचा जना आणि दुसरा राघव.

मंजी दोघांना कसून शोधू लागली. "गड्या गड्या येऊ नकोस – गड्या गड्या ये ये," वगैरे शंभर वेळा झालं. एवढ्यात मंजीची नजर चुकवून जना कुठूनसा आला आणि भोज्याला शिवला.

राहता राहिला राघव!

कितीतरी वेळ तो येईचना.

सर्वांनी माहीत होत्या तेवढ्या सगळ्या जागा शोधल्या; पण राघव सापडलाच नाही.

सगळे त्याला हाका मारून दमले. "बाहेर ये – तुला पकडणार नाही" असं वचनदेखील मंजीनं मोठमोठ्यानं ओरडून दिलं. अगदी शपथसुद्धा घेतली; पण ज्याचं नाव ते! राघव काही बाहेर आला नाही!

शेवटी सगळे कंटाळले. राघव न सांगता खेळ अर्धवट टाकून घरी निघून गेला असणार, म्हणून त्याच्यावर रागावले. आता पुन्हा कधी त्याला खेळात घ्यायचं नाही, असं सर्वांनी ठरवून टाकलं.

मोठा विल्कू काहीच बोलला नाही. मग मी तरी कसं बोलणार?

खेळ पुढं चालू झाला.

संध्याकाळी जेव्हा मुलं घरोघर गेली, तेव्हा मी मोठ्या विल्कूला बाजूला येऊन विचारलं, "मोठा विल्कू – राघव निघाला असेल का रे पेटीतून?"

"मॅडच आहेस. निघेल कसा? पेटीला बाहेरून कडी लावली आहे. खिळा घालून जाम बंद केली आहे." मोठा विल्कू म्हणाला.

"पण मग ओरडला कसा नाही?"

"ओरडला असेल – आपल्याला काय माहीत? बंद पेटीतून ओरडलेलं बाहेर ऐकू येतं का? आणि आलं समजा थोडंसं, तरी त्या ऽ पलीकडच्या खोलीतलं माडीवरून खाली कसं ऐकू येणार – सांग!"

तर अशी गंमत झाली होती! राघव पेटीच्या बाहेर येऊ शकणार नव्हता.

"तो कधीच मरून गेला असेल." विल्कू नाक खाजवीत म्हणाला.

"गुदमरून!"

म्हणजे ते मांजर श्वास घेता आला नाही म्हणून मेलं तसं!

म्हणजे आता राघव कधी चिडवणार नाही! माझ्याकडे बोट दाखवून हलक्या आवाजात कुजबुजणार नाही! मला 'वेडा' म्हणणार नाही. येता-जाता हुशारी करणार नाही!

"अर्थात नाही." मोठा विल्कू खांदे उडवीत म्हणाला, "मेलेली माणसं काहीच करू शकत नाहीत."

माझ्या आईसारखी – आणि त्या मांजराच्या पिलासारखी – पाण्यात मागेपुढे हेलकावे खाणाऱ्या – आणि त्या प्रेतासारखी – एवढी आग लावलील, चटके बसले तरी 'हाय'देखील न करणाऱ्या प्रेतासारखी!

मला खूप मोकळं वाटलं. उद्या शाळेत आपल्याला कोणी चिडवणार नाही, अशी खात्री असली म्हणजे किती मस्त वाटतं नाही?

"तू खूप छान आहेत, मोठा विल्कू." मी त्याला मिठी मारून म्हटलं, "इतका चांगला आहेस – तू मला खूप खूप आवडतोस!"

मोठा विल्कू नुसता हसला.

रात्री मोंडकरांकडे एकच गोंधळ उडाला. मंडळी कंदील घेऊन, टॉर्च घेऊन निरनिराळ्या दिशांना निघालेली दिसली. बहुतेक ती राघवला शोधत असावीत.

मी थोडा वेळ ओट्यावर अंधारातच त्यांची गंमत पाहत उभा राहिलो. मग त्यांच्यापैकी दोघेजण आमच्याच घराच्या दिशेनं यायला लागले, तेव्हा मी घरात जाऊन परवचा म्हणायला बसलो.

कान मात्र त्या मंडळींची चाहूल घेत होते.

मंडळी आत आली, आजीकडे चौकशी करू लागली. बोलण्यात माझं नाव आलं, तेव्हा मी परवचा थांबवला.

एवढ्यात आजीनं मला बोलावलं.

"विल्कू, बाळा, यांच्या राघवला पाह्यलंस का रे तू?" आजीनं विचारलं.

मी काय उत्तर देतो, याकडे त्या मंडळींचं सगळं लक्ष लागून राहिलं होतं.

"दुपारी पाहिलं होतं." मी म्हटलं, "लपा-छपी खेळताना. तो मधेच निघून गेला असं सगळी मुलं सांगतात."

त्यांच्यापैकी राघवचा मोठा भाऊ म्हणाला,

"सापडला की कळवा बरं आम्हाला."

आजीनं त्यांची बोळवण केली. "काय तरी मेला जिवाला घोर –" ती पुटपुटली.

मी शांतपणे देवासमोर जाऊन बसलो आणि 'शुभं करोति कल्याणम्' म्हणू लागलो.

रात्रभर मोंडकरांची माणसं राघवला शोधीत होती. सगळ्या गावभर ती पाहून आली. विहिरी, डोह बघून झाले. पोलिस स्टेशनवरही वर्दी दिली.

पण राघव, अर्थातच मिळाला नाही.

राघवची आई वेड्यासारखी त्याला हाका मारत राहिली.

पण राघव उत्तर देऊ शकला नाही. त्याला आता काहीच करणं शक्य नव्हतं. नुसतं बसून राहायचं – लाकडी पेटाऱ्यात!

मध्यरात्री एक भानगड झाली.

मोठा विल्कू गेला आणि छोटा विल्कू आला. माझ्याकडून अर्थातच त्याला सारा प्रकार कळला.

आणि एकदम तो आपला भीतीनं लटलटा कापायला लागला.

रात्री मधेच बाहेर जावं लागायचं. त्या निमित्तानं मी त्याला बाहेर घेऊन गेलो. त्याची खूप समजूत घातली. तो कसाबसा शांत झाला.

आम्ही परत येऊन झोपलो. मधेच छोट्या विल्कूला जाग आली. मला म्हणाला, "ऐक – माडीवरून कोणीतरी खाली उतरून येतंय. नक्की तो राघवच असणार!"

मी त्याच्या बडबडीकडे लक्ष दिलं नाही. उलट त्याला बजावून ठेवलं, "हे बघ, मेलेली माणसं माडीवरून खाली उतरू शकत नाहीत, हे तुला चांगलं माहितेय."

तरी थोड्या वेळानं पुन्हा त्यानं मला उठवलं. म्हणाला "वरती पेटीचं झाकण उघडल्याचं आत्ता ऐकू आलं मला. 'कर्रर' असं."

क्षणभर मला ते खरंच वाटलं. दुसऱ्याच क्षणी मला आपल्या वेडेपणाचं हसू आलं. राघवला पेटीचं झाकण उघडता येत असतं तर त्यासाठी तो इतका वेळ थांबला असता का? आणि इतक्या दूरच्या खोलीतली कर्रकर इथवर ऐकू येणं शक्य होतं का?

शेवटी मी छोट्या विल्कूला दम भरला. म्हटलं, "हे बघ, राघव आता जिवंत नाही. तेव्हा त्याला काहीही करता येत नाही; आणि तुला हे जे काही ऐकू येतंसं वाटतं, ते सगळे निव्वळ भास आहेत भास! राघव आता कायमचा त्या पेटाऱ्यात पडून राहणार! कुणालाही तो तिथं आहे हे कळायचं नाही! तू मात्र घाबरू नकोस नि काहीतरी बडबडू नकोस. नाहीतर सगळ्या लोकांना हे कळल्याशिवाय राहणार नाही."

मी इतकी समजूत घातली, तेव्हा तो कसाबसा झोपला. पण तरी रात्रभर त्याला चांगली झोप लागलीच नाही.

पण सकाळ झाली तेव्हा तो खूपच हुशारला. दिवसभरात त्याला फारशी भीती वाटली नाही.

मोंडकर मंडळींचा शोध चालूच होता. मोंडकरबाई एकसारख्या ऊर बडवून रडत होत्या.

काय गंमत आहे पाहा! राघवला आई होती, तर आता राघवच नव्हता. मी होतो, पण माझ्यासाठी रडायला आईच नव्हती. म्हणा मला आई हवीच होती कशाला? मला मोठा विल्कू होता आणि छोटा विल्कूदेखील होता! मग आई हवीये कशाला?

तो सबंध दिवस मी मोठ्या विल्कूची वाट पाहिली. पण तो आलाच नाही. रड्या छोटा विल्कू मात्र दिवसभर माझ्याबरोबर होता. त्याची भीती थोडीशी कमी झाली होती खरी; पण तरीही कटकट चालूच होती.

दुसऱ्या रात्रीदेखील तो नीटसा झोपला नाहीच.

मला त्याची काळजी वाटायला लागली होती. मी एकसारखा मोठ्या विल्कूची वाट पाहत होतो. तो यायच्या आत छोट्या विल्कूनं कुठं काहीतरी बोलून घोटाळा केला तर?

तरी एक-दोन वेळा आजीनं विचारलंच, "काय रे विल्कू, बरं नाही का वाटत? तोंड उतरलेलं दिसतंय."

मी छोट्या विल्कूला तोंड बंद ठेवायला लावलं अगदी गच्चम्पैकी!

मग आजीच पुढं म्हणाली, "साहजिकच आहे – तुझ्याशी रोज खेळणारा मुलगा एकाएकी – गेला म्हणजे वाईट वाटल्याशिवाय थोडंच राहतं? काय झालं असेल बापड्याचं? पडला असेल कुठं तरी –" मला जवळ घेऊन ती म्हणाली,

"तू सांभाळून राहा हो जिवाला – जाऊ नको पाण्याबिण्याजवळ!"

तशी छोट्या विल्कूचे डोळे पाण्यानं भरून आले. रड्या कुठला! पण लोकांना आवडतात असली रडवी मुलं! आजीनं लगेच त्याला 'उगी उगी' म्हणून थोपटलं!

तिसऱ्या दिवशी एकदम एक लफडं झालं!

सोनारांचा जना मला हळूच म्हणाला, "काय रे विल्कू, तुमच्या माडीवरच्या अडगळीच्या खोलीत – त्या लाकडी पेटाऱ्यांत काय ठेवलंय रे?"

त्याचा प्रश्न ऐकला आणि माझ्या अंगावर शहारे आले.

"कुठला पेटारा?" मी काही तरी विचारायचं म्हणून विचारलं.

"तो रे – त्या दिवशी आपण लपा-छपी खेळत होतो तेव्हा नाही का – राघव गेला त्या दिवशी रे – तेव्हा तू ती पेटी उघडली होतीस. नाही म्हणू नकोस – मी पाहिलं तुला बंद करताना."

म्हणजे कुणीतरी येऊन गेल्याचा भास झाला तो खराच होता तर! हा चोंबडा जना त्या वेळी वर आला होता!

"त्या पेटीत काय ठेवता तुम्ही?"

"खडे." अचानक उत्तर आलं. मी चकित झालो. ओहो! मोठा विल्कू आला होता!

मला हायसं वाटलं! दोन दिवस वाट पाहिल्यानंतर आज कुठं मोठा विल्कू हजर होत होता!

"कसले खडे?" जनानं बावळटासारखं विचारलं.

"तुला माहीत नाही?" मोठा विल्कू सहजपणे म्हणाला, "आपलं ते औदुंबराचं झाड आहे ना, ते डोहाजवळचं, त्याच्या मुळाशी चिक्कार रंगीत खडे असतात. खूप किंमत येते म्हणे त्यांची. मी जमवतोय ते. चिक्कार जमले की, मुंबईला अण्णांकडे पाठवून देणार – पुष्कळ पैसे मिळतील."

मी थक्क होऊन ऐकत राहिलो. थापादेखील इतक्या सुंदर सुचतात मोठ्या विल्कूला! आता एवढं सांगितल्यानंतर काय बिशाद आहे जनाला कसला संशय येण्याची?

पण जना म्हणजे जनाच तो! तो म्हणाला, "मला दाखवशील पेटीतले खडे?"

"हो ऽ ऽ" मोठा विल्कू हेदेखील अगदी सहज सांगून गेला – "आत्ताच दाखवतो. नाही तरी माझी वेळ झालीच आहे, औदुंबराकडून खडे आणायची. तूही चल हवं तर माझ्याबरोबर."

सुटलो! म्हणजे निदान खरोखर पेटी उघडून दाखवायला नको –!

"मात्र कुण्णाकुण्णाला सांगायचं नाही, बरं का." मोठ्या विल्कूनं ताकीद दिली. "आपलं दोघांचंच गुपित! तुला हवे तर घे खडे; पण आणखी कुणाला कळलं तर माझ्या वाट्याला काही शिल्लकच राहायचं नाही!"

"नाही रे. कुण्णाला सांगत नाही. आई शप्पथ!" जनानं कबूल केलं आणि तो औदुंबराकडे जायला तयार झाला.

संध्याकाळच्या सावल्या आता दाटायला लागल्या होत्या. सगळीकडे शांत झालं होतं. लांबवर कुठं तरी घरी परतणाऱ्या गुरांना दिलेल्या हाळ्या ऐकू येत होत्या तेवढंच!

औदुंबर पाण्यात पाय पसरून होता. त्याच्या बाजूला एक लहानशी घळई तयार झाली होती. दोन्ही बाजूंना कपाऱ्या होत्या आणि मधे डोह तयार झाला होता.

डोह खोल होता – आता काळोख पडू लागल्यामुळे त्याचं हिरवंगार पाणी काळंकुट्ट दिसायला लागलं होतं.

"इथं आहेत खडे. माझ्यामागून सावकाश ये." मोठा विल्कू म्हणाला.

तोल सांभाळत जना त्याच्यामागून गेला.

मोठा विल्कू खाली बसला. औदुंबराच्या एका जाडजूड मुळाला धरून. त्याच्या पलीकडे कपारी तुटली होती – आणि काळंभोर पाणी खालून वाहताना दिसत होतं.

जनादेखील खाली बसला.

"या मुळाखालची माती उकर." मोठा विल्कू म्हणाला.

जना माती उकरू लागला.

मोठा विल्कू उठून उभा राहिला.

अगदी सहजपणे, पण जोरात त्यानं जनाला एक धक्का दिला.

जना बसल्याबसल्याच कोलमडला तो थेट कपारीवरून एकदम खाली.

त्याला किंकाळी मारायलादेखील वेळ मिळाला नाही.

मोठा विल्कू कपारीच्या टोकाशी गेला आणि औदुंबराच्या आधारानं त्यानं हळूच वाकून पाहिलं.

काळ्याभोर पाण्यात तरंग दिसत होते – नव्हते, एवढंच.

"बस्स" हात झटकीत तो मला म्हणाला, "आता कुणालाच कळायचं नाही की आपल्या त्या पेटाऱ्यात काय आहे."

बरोबर! आता तो गेला... बुडाला... पाण्याबरोबर त्याचं शरीर आता हेलकावे खात राहील – त्या मांजराच्या पिलासारखं! तो मेला – आता तो बोलणार नाही... कुणाला सांगणार नाही... की आपण विल्कूला पेटी बंद करताना पाहिलं! ते कुणालाच कळून चालायचं नाही!

आता काळोख फारच दाटला होता. अशा काळोखातून डोहाजवळून जाताना कुणालाही भीती वाटली असती!

पण मोठ्या विल्कूला भीती ही गोष्ट मुळीच ठाऊक नव्हती.

मी घरी आलो तेव्हा चिक्कार उशीर झाला होता – आजी नक्कीच काळजीत पडली होती. दिवेलागणीच्या वेळी मी घरात नसलो की, आजीच्या जिवाची काय घालमेल होत असे, ते मला माहीत होतं!

पण घरात पाऊल टाकलं तर काय, सगळीकडे सामसूम!

घरात दिवासुद्धा लावलेला नव्हता.

मी तडक स्वैंपाकघरात धावलो.

भराभरा सगळे खण धुंडाळले.

पण छे; आजीचा पत्ताच नव्हता.

गेली कुठं आजी?

मला घरी परतायला उशीर झाला म्हणून शोधायला बाहेर पडली की काय ही?

मी पुन्हा एकदा सगळीकडे पाहिलं. माजघर, सोपा, मधली खोली, देवघर –

छे – खाली तर नाहीच –

मग माडीवर?

मी तसाच पळत वर गेलो. थेट अडगळीच्या खोलीपर्यंत.

आणि – जे दिसलं त्यानं मी तीन फूट उडालो!

अडगळीच्या खोलीत आजी स्तब्ध उभी होती!

आणि तिच्यासमोर तो लाकडी पेटारा होता – तोच.

त्याचं झाकण उघडलेलं होतं आणि आतल्या सामानाकडे आजी डोळे फाडफाडून बघत होती!

"श्शू – आवाज करू नको." मोठा विल्कू अचानक येऊन म्हणाला.

आजीने पाहण्याच्या आत आम्ही पाय न वाजवता खाली आलो...

"आता काय करायचं?" मी मोठ्या विल्कूला विचारलं.

तो काहीच बोलला नाही. तसाच स्वैंपाकघरात गेला आणि पळत पळत परत आला.

त्याच्या हातात रॉकेलची बाटली होती. भराभर तो माडीच्या पायऱ्यांवर रॉकेल ओतत गेला – तसाच परत खाली आला – काडी पेटवली आणि रॉकेलला लावली...

लाकडी पायऱ्यांनी धडाडून पेट घेतला.

माडी पुरी पेटल्याची खात्री होताच मोठा विल्कू घराबाहेर पडला –

रडत रडत मोंडकरांच्या घराशी पोहोचला तो छोटा विल्कू.

'आग-आग' असं ओरडत तो धापा टाकीत होता. हुंदक्यांमधून त्याचं बोलणं समजून घेऊन लोक घराशी आले, तोवर माडीची राखरांगोळी झाली होती आणि घराच्या उरलेल्या भागात आग पसरू लागली होती...

मोंडकरणीबाई छोट्या विल्कूला जवळ घेऊन कुरवाळीत होत्या. राघवच्या आठवणीनं त्यांना हुंदके आवरत नव्हते. छोट्या विल्कूला पोटाशी धरून त्या पुन:पुन्हा म्हणत होत्या, "आईवेगळं गरीब पोर – आता तर बापड्याची आजीदेखील गेली – बिच्चारा!"

– पण त्या रात्री मोठा विल्कू विलक्षण खुशीत होता. उद्या अण्णांना यावंच लागणार होतं. त्याला मुंबईला घेऊन जावंच लागणार होतं.

शहाडसारख्या छोट्या गावात करून करून काय करणार? मोठ्या विल्कूसारख्या हुशार मुलाला मुंबईत मात्र खूप काय काय करता येणार होतं!

♦

❀ म्हणे कोण मागे आले ❀

गाडी वळणावर वळली, तेव्हा डॉक्टर दिवेकरांना भास झाला की
कुणी तरी आपला पाठलाग करते आहे...
अस्वस्थपणे त्यांनी आरशात नजर टाकली.
खरोखरीच एक मोटरसायकल त्यांच्या गाडीच्या पाठोपाठ येत होती...
कुणीतरी आपल्या गाडीच्या मागोमाग येत आहे, असा भास डॉक्टरांना
नेहमीच व्हायचा. त्यात विशेष काही नव्हते. आरशात पाठीमागच्या
वाहनांची झुंड दिसायची. त्यांतील काही वाहने रस्ता बदलून जायची.
जी शिल्लक राहत, ती मागे येताहेतसे वाटायचे. पुन्हा नवीन वाहने
दिसू लागायची. जुनी वेग वाढवून जायची. मूळचे एखाददुसरे रहायचे.
तेच पाठलाग करीत आहे असे वाटायचे. चमत्कारिक भास...
डॉक्टरांना या भासाची मौज वाटायची. कोण कशाला येतेय आपल्या
गाडीच्या मागे? पण एकाच दिशेने वाहने न्यावी लागतात, म्हणून
असे घडते एवढेच. गंमतच आहे!
पण आजकाल त्यांना कशाचीच फारशी गंमत वाटत नसे.
वळणावर सगळ्या गाड्या वळल्या आणि त्यांची गाडी एकटीच एका
शांत रस्त्याने जाऊ लागली. तिच्या मागे ती मोटरसायकल!
या वळणावर नेहमी असेच व्हायचे. हॉस्पिटलकडे जाणारा रस्ता
अगदी शांत होता. सगळ्या गाड्या नेहमी डावीकडच्या रस्त्यापुढे
निघून जायच्या. एखाददुसरीच गाडी हॉस्पिटलच्या रस्त्याने जात
असायची.
– मग आज ही मोटरसायकल कुणाची?
डॉक्टर उगाचच अस्वस्थ झाले. डॉक्टर सप्तर्षींच्या आठवणीने.
सप्तर्षी नेहमी मोटरसायकलवरून यायचा.
– रस्ता अतिशय शांत होता.
रहदारी जवळजवळ नव्हतीच. डॉक्टरांची गाडी आणि पाठीमागे
मोटरसायकलवर –

कोण आहे हा माणूस?

आरशात काळे कपडे दिसले. काळा बुशशर्ट, काळी पँट.

डॉक्टर सप्तर्षी नेहमी काळे कपडे घालायचा. खरे तर डॉक्टराच्या पेशाला हे असले कपडे मुळीच शोभत नाहीत.

पण सप्तर्षी स्वत:ला काय समजायचा कुणास ठाऊक! दिसायला देखणा होता, गोरागोमटा होता, हे खरे; पण म्हणजे काही डॉक्टरने सिनेनटासारखे कपडे घालायला नकोत.

डार्क शर्ट, डार्क पँट. मग त्यावर हॉस्पिटलचा पांढरा कोट चढवायचा. नाटकीपणा, दुसरे काय!

डॉक्टर सप्तर्षीच्या आठवणीने डॉक्टर दिवेकर अधिकच अस्वस्थ झाले. गेल्या पंधरा दिवसांपासून त्यांना असेच अस्वस्थ वाटायचे. घाबरल्यासारखे व्हायचे. काही विशेष कारण असो नसो, मधेच खचून गेल्यासारखे व्हायचे.

डॉक्टरची प्रकृती अस्वस्थ? हा तर विनोदच होता. ती सुधारण्याचा उपाय माहीत नसावा, हा अधिकच मोठा विनोद होता!

मोटरसायकलवाला जवळ आला. आरशात स्पष्ट दिसू लागला... त्याला पाहताच डॉक्टर दिवेकर एकदम दचकले.

– तीच सडपातळी अंगयष्टी! तेच भुरभुरणारे केस!

हा मोटरसायकलवाला, डॉक्टर सप्तर्षीच तर नव्हे? पण कसं शक्य आहे ते?

डॉक्टर सप्तर्षी पंधरा दिवसांपूर्वीच ऑपरेशन टेबलवर वारले होते!

डॉक्टर सप्तर्षी आणि डॉक्टर दिवेकर – दोघांची भलतीच दाट मैत्री होती.

दोघेही एकाच वेळी मेडिकल कॉलेजमधून बाहेर पडले. दोघेही एकाच वेळी हॉस्पिटलमध्ये 'जॉईन' झाले.

दोघेही जवळजवळ एकाच वयाचे होते; पण गोलसर आकाराने आणि विरू लागलेल्या केसांमुळे दिवेकर भारदस्त वाटायचे, तर देखणेपणामुळे आणि फॅशनेबल पोशाखामुळे सप्तर्षी पोरगेले वाटायचे. त्यांना पाहिल्यावर, दोघेही एका वर्गात शिकले, हे कुणाला खरेच वाटत नसे.

असे असले तरीही दोघांची मैत्री मात्र पक्की होती. दोघांचीही लग्ने अजून व्हायची होती. दोघांनाही संसाराचा व्याप नव्हता. पत्ते खेळायची, चांगले सिनेमे बघायची आवड दोघांनाही सारखीच होती. प्रत्येक विषयात दोघांची मते जुळणारी होती.

असे मजेत दिवस जात होते.

हॉस्पिटलमध्ये नीलिमा सारंग येईपर्यंत.

मनातल्या वेड्या शंका दिवेकरांनी काढून टाकल्या आणि ते गाडी चालविण्यावर लक्ष केंद्रित करू लागले ....

पंधरा दिवसांपूर्वी सप्तर्षी वारला, तेव्हापासून त्यांचे चित्त ठिकाणावर नव्हते. अशा वेळी काही ना काही तरी भास होतात. नाही तर त्या मोटरसायकलवाल्या-वरून सप्तर्षीची आठवण होण्याचे कारण काय?

काळे कपडे हल्ली पुष्कळ तरुण वापरतात. अशीच अंगलट बऱ्याच जणांची असू शकते. केस असे भुरभुरते ठेवण्याचीदेखील फॅशनच आहे. आपले केस विरू लागले नसते तर आपणही कदाचित –

डॉक्टरांनी वेळीच स्वत:ला आवरले. आपण खरोखर मनाला पटवू लागलो आहोत की तो सप्तर्षी नव्हे. त्यासाठी आपण निरनिराळी कारणे देत आहोत; पण खरोखर अशी कारणे देण्याची गरजच काय? ज्या अर्थी सप्तर्षी जिवंत नाही, त्या अर्थीच तो मोटरसायकलवर असणे शक्य नाही...

पण हा एकांत रस्ता – सरळ सापासारखा 'हिल' चढणारा – आणि एका बाजूला पाणी – सकाळच्या उन्हात चमकणारे – उघडेबोडके खडक – निर्दय वाटणारे – 'इन्डिफरंट!' सगळे पाहिले तरी हे खडक बोलणार नाहीत – यांचे काय जाते; पण असल्या एकलकोंड्या रस्त्याने जायचे म्हणजे माणसाच्या मनाचा किती थरकाप होतो!...

आपल्यासारख्या सुदृढ शरीराच्या माणसाच्या वाटेला या जगातले कोण जाऊ शकणार आहे?

या जगातले नाही? पण दुसऱ्या?

व्हॉट डू यू मीन? शिअर नॉन्सेन्स!

हा मोटरसायकलवाला चक्क जिवंत माणूस आहे! आपल्याला त्याची भीती वाटण्याचे कारण काय?

पण मग तो आपल्या मागून का येत असावा?

ठीक आहे. त्याला मागून येण्याचे कारण नाही. जाऊ दे पुढे!

डॉक्टर दिवेकरांनी गाडीचा वेग मंदावला. जाऊ दे – जाऊ दे त्याला डावीकडून पुढे – एवढा रस्ता पडला आहे!

एकदाचा पुढे जाऊन दिसेनासा झाला की, आपल्या मनातले हे सगळे खुळचट विचार ताबडतोब कुठल्या कुठे नाहीसे होतील. जळमटांसारखे ! हो – हो पुढे!

पण डॉक्टर दिवेकरांना आश्चर्याचा धक्का बसला. मोटरसायकलवाला पुढे तर गेला नाहीच – पण वेग मंदावून त्यांच्या मागोमागच येत राहिला...

नीलिमा मोठी गोड मुलगी होती.

नर्स म्हणून ती हॉस्पिटलमधे रुजू झाली; पण वागण्यात रुबाब होता, डौल होता. मेट्रनपेक्षा काय, पण डॉक्टरपेक्षाही तिचा रुबाब अधिक होता!

रुबाब म्हणाजे तोरा नव्हे! प्रत्यक्षात ती कधी शिष्टपणे वागत नसे. सर्वांशी मर्यादेने, विनयाने बोलायची. पण हे तिचे मर्यादेने वागणेच इतके शोभून दिसे की, त्यापुढे बाकीच्यांची ऐट फिकी पडावी. मंजूळ आवाजात ती लाघवीपणे बोलायची. बोलताना गालातल्या गालात किंचित हसायची. हसताना तिच्या गालांना चिमुकल्या खळ्या पडत. मान वर न करता, नजर न रोखता ती सारे काही ऐकून घ्यायची, मोजके बोलायची आणि डौलदारपणे इकडून तिकडे वावरायची. तिच्या या साऱ्या वागण्यात एक प्रकारचा जो खानदानीपणा होता, त्याचाच कुणालाही मोह पडायचा.

निदान दिवेकरांना तरी लगेच मोह पडला.

हॉस्पिटलमधून डॉक्टर्स आणि नर्सेस यांच्या चालणाऱ्या भानगडींविषयी आजवर ऐकून ऐकून ते कंटाळून गेले होते. आपण असल्या लफड्यात काय वाटेल ते झाले तरी अडकायचे नाही, असा निश्चय त्यांनी मेडिकल कॉलेजात असतानाच केला होता. त्यानंतर हॉस्पिटलमध्ये आल्यावर त्यांनी नर्सेसचे जे एकेक कळकट, बिनडोक अवतार पाहिले, त्यावरून हॉस्पिटलमधल्या नर्सेस हा त्यांच्या आणि सप्तर्षींच्या कुचेष्टेचा, विनोदाचा नेहमीचा विषय झाला होता...

आणि आता नीलिमा सारंगने त्यांच्या सगळ्या कल्पना बदलून टाकल्या होत्या. नव्हे, त्यांचे चिमुकले जगच उलटेपालटे करून टाकले होते...

त्यांच्या आणि सप्तर्षींच्या बोलण्यातली नर्सेसची कुचेष्टा एकदम बंद पडली आणि तिची जागा नीलिमाच्या हुशारीच्या, तत्परतेच्या कौतुकाने घेतली. हळूहळू दोघांनीच चहा पिण्यात, गप्पा मारण्यात तेवढीशी गंमत येईना. नीलिमाची आठवण होऊ लागली. काही तरी निमित्तांनी मग दिवेकर नीलिमाला बोलावू लागले. तिच्याशी गप्पा मारू लागले. दोघे कॉफी प्यायला बसले की तिला न चुकता बोलावू लागले. तिला अनेक विषयांत रस होता, समजही होती. त्यामुळे तिघांच्या गप्पा रंगू लागल्या.

डॉक्टरांनी तिला बरोबरीच्या नात्याने वागवले तरी आपण नर्स आहोत, हे नीलिमा कधी विसरत नसे. स्वत:ची मर्यादा कधी सोडत नसे. कामातही चुकारपणा करीत नसे. तिच्या या गुणामुळे दिवेकरांना ती अधिकच आवडू लागली होती.

स्वत:च्या भावनांचे 'डायाग्नोसिस' डॉक्टरांनी आपल्या पेशाला शोभेलशा

शिताफीने केले. ते नीलिमा सारंगच्या प्रेमात पडले होते. ओ नो! अनदर डॉक्टर नर्स अफेअर! त्यांनी स्वत:ला आठवण दिली. मग काय झाले? धिस इज पर्फेक्टली नॅचरल! आणि नॅचरल असो-नसो, बरोबर असो की चूक – नीलिमासारखी मुलगी त्यांना सबंध आयुष्यात पुन्हा भेटली नसती – एकदा चालून आलेली संधी ते हातची सोडणार नव्हते. ती सोडणे त्यांना अशक्यच होते. नीलिमा भेटल्यापासून त्यांच्या आयुष्याला एक नवीन गर्द रंग चढला होता. नीलिमाशिवाय आयुष्य किती भकास होईल, याची कल्पनाही त्यांना करता येत नव्हती.

त्यांनी नीलिमाला लग्नाची मागणी घालायचे ठरविले.

ती संध्याकाळ त्यांच्या जन्मभर लक्षात राहिली असती.

– ख्रिसमस् ईव्ह!

हॉस्पिटल मिशनने चालविलेले होते. त्यामुळे तिथे ख्रिसमस मोठ्या धूमधडाक्याने साजरा केला जात असे. 'ईव्ह'ला सगळ्या स्टाफला पार्टी, लहान लहान पण गमतीच्या भेटी, रात्री मग बॉल – मध्ये 'इमर्जन्सी कॉल्स' येत, डॉक्टरांच्या पाळ्या बदलत, पण गंमत काही कमी होत नसे –

अशा सुंदर संध्याकाळी, हॉस्पिटलसमोरच्या बागेत, मागेपुढे हिंदकळणाऱ्या कागदी कंदिलांच्या प्रकाशात, वाद्यमेळाच्या साथीने डॉक्टर दिवेकर हलकेच नीलिमाला विचारणार होते – 'तू माझी होशील?' ती गालातल्या गालात हसत लाजून खाली पाहणार होती आणि ऐकू येईल न येईलसे म्हणणार होती – 'हो.'

तिच्या त्या एकाक्षरी शब्दापेक्षा तिच्या गालांवर पसरलेल्या लाजेनेच त्यांना खरे उत्तर मिळणार होते. त्या लाजेत उठलेल्या तरंगांसारख्या दोन खळ्यांकडे पाहताना त्यांच्या जन्माचे सार्थक होणार होते...

डॉक्टर दिवेकरांनी काळा सूट चढविला. बटनहोलमध्ये पांढऱ्या गुलाबाचे नाजूक फूल खोचले आणि अंगावर परफ्युमचा फवारा मारला, एवढ्यात –

– एवढ्यात दरवाजाची बेल वाजली आणि लोटलेले दार धाडकन उघडून डॉक्टर सप्तर्षी आत आला.

त्याचे कपडे नेहमीप्रमाणेच 'हिरो'सारखे होते. पट्ट्यापट्ट्यांचा झगझगीत शर्ट, त्याची पहिली दोन बटने उघडी – केसांनी अर्धे कपाळ झाकलेले आणि चेहऱ्यावर मनमुराद आनंद! निळे डोळे त्याच आनंदात चमकत होते!

"काय रे, पार्टीला नाही येणार आज?" दिवेकरांनी विचारले.

"येणार – येणार! पण खरं विचारशील तर कुठंच न जाता इथं तुझ्याशीच गप्पा मारीत व्हिस्की प्यावी असं वाटतंय मला. अरे, कधी कधी असं वाटतं की जग गेलं जहन्नममध्ये! तुझ्यासारख्या एकुलत्या एका मित्राशीच बोलत बसावं!"

“तुला खूप वाटेल – पण मी पार्टीला जाणारेय! माझी सगळी तयारी झालीय, पाहिलंस? मी निघतच होतो आत्ता! शिवाय माझं आज एक महत्त्वाचं काम आहे!”

“काम को मारो गोली! तू लेका असाच रड्या आहेस!” सप्तर्षी दिवेकरांच्या पाठीवर जोरदार थाप मारून म्हणाला, “कन्व्हेन्शनल एक नंबरचा! ठरवलं की निघाला सूट घालून! आजूबाजूचं, इकडतिकडचं काही दिसेल तर शपथ! मित्राचा मूड तरी समजतो की नाही तुला?” ‘हो हो’ करून हसत सप्तर्षी म्हणाला, “मी लेका आज अस्मानात आहे! ॲबसोल्युटली ऑन टॉप ऑफ दि वर्ल्ड! मी दुपारी सहज लंच घेता घेता नीलिमा सारंगला प्रपोज केलं. अरे, ती चक्क तयार झाली माझ्याशी लग्न करायला!”

दिवेकर जागच्या जागी कोसळले. ते वाद्यसंगीत, ते कागदी दिवे, ती बागेतील भेट आणि त्यानंतरचं एक सुरेल आयुष्य – साऱ्या साऱ्यांचा त्यांच्या डोळ्यांदेखत चक्काचूर झाला होता!

गाडीने आणखी एक वळण घेतले. आता शांत समुद्र मागे पडला आणि दुतर्फा झाडी असलेला, ‘हिल’ चढणारा रस्ता सुरू झाला. काही वेळ गाडी एकटीच चालत राहिली. मोटरसायकलवाला समुद्राशी समांतर रस्त्याने निघून गेला असावा.

पण दुसऱ्याच क्षणी मोटरसायकलचा ‘पर्रर्र’ आवाज त्यांच्या कानांवर पडला आणि आरशात मोटरसायकल दिसू लागली.

छे – हा माणूस आपला पिच्छा का सोडीत नाही?

आणि तो आहे कोण?

डॉक्टरांनी गाडीचा वेग वाढविला.

आश्चर्य म्हणजे मोटारसायकलवाल्यानेही वेग वाढविला.

त्या चढावर वेग वाढविणे खरे म्हणजे दोघांनाही कठीण होते.

पण डॉक्टरांच्या मनात आता एकच विचार ठाण मांडून बसला होता. काहीही करून दूर जायचे – त्या मोटरसायकलवाल्यापासून!

आत, खोल कुठे तरी त्यांना एक जाणीव झाली होती की, तो मोटरसायकलवाला दुसरीकडे कुठेही जात नाही. तो आपल्याच मागून येत आहे!

आणि काय वाटेल ते झाले तरी आपण त्याच्या हाती लागता कामा नये!

या उघड्या रस्त्यावर कुणीच आपल्या मदतीला धावून येणार नाही. हॉस्पिटलमध्ये पोहोचल्याशिवाय आपली सुटका नाही!

त्यांनी गाडीचा वेग आणखी वाढविला.

– त्यांच्या पाठीमागच्या काळ्या आकृतीनेही मोटरसायकलचा वेग वाढविला.

आता डॉक्टरांची खात्रीच झाली की, तो आपला पाठलाग करीत आहे, आणि ज्या अर्थी त्याने पाठलाग चालविला आहे, त्या अर्थी तो तोच आहे! त्याच्याशिवाय दुसऱ्या कुणाला आपला पाठलाग करण्याचे काही कारण आहे?

त्यांच्या काळजाने ठाव सोडला.

आजवर कधीही न अनुभवलेली एक नवीनच भीती एकदम त्यांच्या अंगभर पसरली. काही तरी भयानक घडणार आहे आणि त्याकडे आपण क्षणाक्षणाला विलक्षण वेगाने खेचले जात आहोत, याविषयीची.

त्यांनी गाडीचा वेग वाढविला, पण या वेगाने आपण त्या संकटापासून दूर जात आहोत की त्याच्याजवळ, हेही त्यांना समजत नव्हते.

पाठीमागची काळी व्यक्ती जवळ जवळ येत होती. मोटरसायकलचा फर्रर्र आवाज त्या निःशब्द रस्त्यावर घुमून राहिला होता.

डॉक्टर चाकाशी आखडून बसले. जणू आता मोकळे बसायचीदेखील त्यांना भीती वाटत होती...

मोटरसायकल जवळ येतच होती....

हॉस्पिटलमधील 'ख्रिसमस ईव्ह'च्या पार्टीत ते भुतासारखे वावरले.

सप्तर्षीने दिलेल्या बातमीने त्यांना खोलवर इजा झाली होती. कुठेही जाऊ नये, खोलीचे पडदे ओढून घ्यावेत, दिवे बंद करावेत आणि उशीत डोके खुपसून घुसमटून जावे, तरच हे दुःख सहन करता येईल, असे त्यांना वाटत होते.

पण प्रत्यक्षात यातले काहीच करणे शक्य नव्हते. क्षणभर चुकलेला काळजाचा ठोका पुन्हा जागेवर येताच ते भानावर आले. या क्षणी आपण काय करायला हवे, याची त्यांनी मनाला याद दिली आणि चेहऱ्यावर खोटे हसू आणले. निर्जीवपणे हात पुढे करून ते म्हणाले, "काँग्रॅच्युलेशन्स."

सगळी तयारी झालेली असल्यामुळे त्यांना पार्टीला जावेच लागले. सप्तर्षी बरोबर होताच. तो जणू हवेत तरंगत होता. पार्टीत तो किती प्याला, किती नाचला, किती बडबडला याला सुमारच नव्हता.

डॉक्टर हातात एक ग्लास घेऊन एका बाजूला बसून होते. सगळा जल्लोष पाहत. वाद्यमेळ चालू होता. रंगीत दिवे वाऱ्याच्या मंद झुळकीबरोबर हेलकावे खात होते, सगळी माणसे रंगीत कागदी टोप्या घालून एकमेकांना "हॅपी ख्रिसमस," "हॅपी न्यू इयर" म्हणत होती. पण डॉक्टरांना ते सगळे कृत्रिम वाटत होते. कशातच जीव राहिला नव्हता. कधी एकदा आपण घरी जातो आणि बिछान्यात अंग टाकतो, असे होऊन गेले होते.

एकाएकी नीलिमा त्यांच्याजवळ आली, समोरच्या खुर्चीवर बसली.

तिचा चेहरा शांत दिसत होता. सप्तर्षींच्या चेहऱ्यासारखा आनंदाचा थयथयाट तिच्या मुद्रेवर नव्हता.

पण तरीही ही थोडी सुखावल्यासारखी दिसते आहे का? की ही आपलीच भावना?

"इथं एकटेच का बसलात? बरं नाही का वाटत?"

तिच्या स्वरात काळजी होती. माया होती. ही माया जन्मभर अनुभवता आली असती तर –

ग्लासमधला एक कडवट घोट घेऊन डॉक्टर तिच्याकडे न पाहता म्हणाले, "काँग्रॅच्युलेशन्स."

"म्हणजे एवढ्यात सांगितलं यांनी तुम्हाला?" तिच्या गालांवर लाजेचे तरंग उठले; पण डॉक्टरांचे तिकडे लक्ष नव्हते. त्यांना तिचा 'यांनी' शब्द झोंबला होता. अशा कशा या बायका? क्षणात कशा एखाद्याला आपलं मानतात?

"सांगितलं ते बरं केलं – नाहीतर मी स्वतःच तुला मागणी घातली असती." ते अर्धवट विनोदाने बोलल्याप्रमाणे म्हणाले.

"तुम्हा दोघांमध्ये निवड करणं मला कठीण गेलं असतं." तीही काहीशी विनोदानेच म्हणाली.

डॉक्टरांचा चेहरा उजळला. त्यांच्या चेहऱ्याकडे पाहूनच तिला आपण काय बोलून गेलो, हे ध्यानात येऊन चुकले. ती लाजली आणि काहीतरी निमित्त काढून तिकडून सटकली.

डॉक्टर तिच्या पाठमोऱ्या आकृतीकडे पाहत राहिले. तिच्या शब्दांनी जणू त्यांच्या मेलेल्या आशेवर अमृत शिंपडले होते.

एकूण आपला तर्क बरोबर होता. आपण जसे तिच्यावर प्रेम करीत होतो, तसेच तीदेखील – तितक्या प्रमाणात नसेल – पण थोडेफार प्रेम आपल्यावर करते. सप्तर्षींविषयी तिला वाटते हे खरे, पण आपण आधी विचारले असते तर ती आपल्यालाही 'नाही' म्हणाली नसती. खरे म्हणजे तिला दोघांच्याही विषयी आपुलकी आहे. दोघांवरही तिचा माया आहे. दोघांचाही सहवास तिला हवासा वाटतो. तसे नसते तर आज सप्तर्षींशी लग्न ठरविले असतानाही तिने मुद्दाम येऊन आपली विचारपूस केली असती का?

नीलिमाला आपण हवेसे वाटतो. सप्तर्षी नसता तर तिने आपल्यावर प्रेम केले असते – शंभर टक्के!

सप्तर्षी नसता तर?

सप्तर्षी या जगात नाहीच अशी कल्पना डॉक्टरांनी क्षणभर करून पाहिली.

मग त्यांचा मार्ग मोकळा होता – नीलिमा त्यांची होती – त्यांची एकट्याची! क्षणभराच्या त्या तंद्रीत डॉक्टर सुखावले.

दुसऱ्याच क्षणी एका भयंकर विचाराने ते त्या तंद्रीतून खाडदिशी जागे झाले.

– आपण सप्तर्षीला या जगातून नाहीसे केले तर?

छे छे! – हा विचार ताबडतोब डोक्यातून काढूनच टाकायला हवा! असले काही करणे आपल्याला अशक्य आहे. आपण खुनी नाही! खून पचत नाही! पचेल असा खून आपल्याला करता येणार नाही. आपण जगातून उठू!

त्या भयंकर विचारावर घाईघाईने बोळा फिरवून डॉक्टर पार्टीतून बाहेर पडले.

– आणि त्यानंतर चारच दिवसांनी डॉक्टर सप्तर्षीच्या मोटरसायकलला अपघात झाला.

अपघातात सप्तर्षीची मोटरसायकल पार ठेचून गेली होती.

– त्या अर्थी ही मोटरसायकल त्याची असणे शक्यच नाही. डॉक्टर दिवेकरांनी स्वत:च्या मनाची समजूत घातली.

आणि हा – हा तरी तो कसा असेल?

पण तरीही किती त्याच्यासारखा –

मनात उलटीसुलटी चाके फिरत होती; पण त्या चाकांची गती मात्र एकाच दिशेने होती. हळूहळू विचार सुटत चालला होता. त्याची जागा भीतीने घेतली होती.

हातातले चाक फिरत होते. गाडी वाटेतले सारे अडथळे पार करून सुसाट पळत होती.

मागे काळ लागावा, तशी मोटरसायकलही क्षणोक्षणी वाढत्या वेगाने पाठीमागून येत होती, तिचा आवाज मधमाश्यांचे पोळे फुटावे, तसा घुमत होता.

झाडे भराभर मागे पडत होती. सर्पासारखा नागमोडी रस्ता वेटोळे करीत जात होता.

डॉक्टरांच्या कानाला भणभण वारा लागत होता. तरीही ते एकसारखे वेग वाढवीत चालले होते.

मोटरसायकल वाढत्या वेगाने जवळजवळ उडत होती...

नाही – त्याच्या हातात सापडून चालायचे नाही.

माझ्या हातून जे घडले, त्याला तो क्षमा करणार नाही. कधीच नाही.

मी त्याच्या हाती लागलो, तर तो मला सोडणार नाही.

वेग... आता शक्य तेवढे लांब गेले पाहिजे – त्याच्यापासून दूर –

डॉक्टरांचे भीतीने पुरते भान गेले. त्यांच्या आता दोनच जाणिवा शिल्लक राहिल्या होत्या. चाकावरचा हात आणि ॲक्सिलेटरवरचा पाय –

डोळे आरशात पाहताच नव्हते. रोंरों करून तो त्यांच्यावर चाल करून येत

होता. याचे सावट सबंध मनावरच पसरून राहिले होते...

झपाट्याने मागे जाणारी झाडे... झपाट्याने पुढे येणारी मोटरसायकल...

कानांना लागणारा वारा – मी कुठे आहे?

गाडी कुठे चालली आहे? ती तर वाऱ्यावर –

तरीही वेग वाढवला पाहिजे तेवढाच एक आसरा –

नाहीतर तो कुठल्याही क्षणी...

वेग – वाढता वेग –

– आणि अचानक सुटलेला चक्रावरचा हात –

कोसळताना सारे काही वेडेवाकडे झाले आभाळ मोटारीत घुसले... झाडे अंगावर पडली.

काळोख... सगळा काळोख....

गाडी उलटी झाली तरी तिची चाके वेगात फिरतच राहिली ...

डॉक्टर दिवेकरांनी डोळे उघडले तेव्हा त्यांना समोर दिसली ती पांढरी शुभ्र भिंत.

बस. यापलीकडे नजर खालीवर जाऊच शकत नव्हती. डोक्यावर जाडजूड बँडेज – दोन्ही कानांवरून खाली आलेले. नजरेला जशी काही झडपे बसवलेली.

मग वातावरणाचा वास आला. भिंतीवरचे कॅलेंडर नजरेच्या टप्प्यात आले; आणि ध्यानात आले की आपण आपल्याच हॉस्पिटलमध्ये आहोत..

काय झाले असावे? आपल्याला कशासाठी येथे निजवून ठेवले असावे?

एवढ्यात पाठीतून जबरदस्त कळ आली आणि त्याबरोबरच काय झाले त्याची आठवण आली...

वेग... भन्नाट... वेग... भणाणणारा वारा... मागे सटासट निसटणारी झाडे...

आपण गाडीत होतो. स्वत: चालवीत होतो....

–आणि पाठलाग करणारी ती मोटरसायकल. तो काळे कपडे घातलेला माणूस –

अखेरीस आपण त्याच्यापासून दूर जाऊ शकलो तर!

त्याही अवस्थेत दिवेकरांना हायसे वाटले.

बहुधा आपल्या कारला अपघात झाला असावा; पण मग आपल्याला इथे कुणी आणले? कुणीही असेल – या भागात आपल्याला ओळखणारे काही कमी नाहीत.

पण मग तो मोटरसायकलवाला आपण अपघातात सापडल्यावर आपल्याला गाठणे त्याला अगदीच सोपे गेले असेल.

मग त्याच्या तावडीतून – आपण वाचलो कसे ? नक्की तो तोच होता – आपल्या कृत्याचे प्रायश्चित्त देण्यासाठी हात धुऊन तो आपल्या पाठीमागे –

मग आपण जिवंत कसे राहिलो?

आपण नक्की जिवंत आहोत ना?

दिवेकरांनी समोरच्या पांढऱ्या शुभ्र भिंतीवर नजर लावली. सारे काही शांत होते, स्तब्ध. विलक्षण स्तब्ध.

डॉक्टर सप्तर्षीला मोटरसायकलचा अपघात झाला, हे कळल्यावर नीलिमा कोसळली.

ती त्याला वरचेवर सांगायची की, इतक्या वेगाने मोटरसायकल चालवीत जाऊ नकोस. पण तो ऐकत नसे. त्याचा स्वभावच विचित्र होता. पाऱ्यासारखा. हातात आला असे वाटता-वाटता निसटून जाणारा. प्रत्येक गोष्ट तो आत्यंतिकपणे करायचा. नीलिमावर प्रेम जसे आत्यंतिकपणे करायचा, तसा मोटरसायकलदेखील आत्यंतिकपणे चालवायचा. मुळूमुळू काही करणे त्याच्या स्वभावातच नव्हते. मोटरसायकल चालवायची ती भन्नाट वेगाने. मग सपाट रस्ता असो की चढण.

एकंदरीत त्याचा हा स्वभाव नीलिमाला आवडायचा; पण मोटरसायकल वेगाने चालविणे त्याने सोडून द्यावे असा तिचा हट्ट होता. अर्थात ते सप्तर्षी ऐकणार नाही, हेही तिला ठाऊक होतेच.

जे कधी तरी होणार होते ते अखेरीस झाले. हॉस्पिटलच्याच रस्त्यावर भन्नाट मोटरसायकल चालविताना समोरून अचानक एक मालट्रक आडवी आली. आयत्या वेळी मोटरसायकल बाजूला वळवण्याच्या प्रयत्नात लांब फेकली गेली. सुदैवाने सप्तर्षी ठार झाला नाही; पण त्याच्या डोक्याला जबर दुखापत झाली.

याच हॉस्पिटलमध्ये त्याला दाखल केले.

नीलिमा प्रथम धाय मोकलून रडली. मग तिच्यातली नर्स जागी झाली. सप्तर्षीला वाचवण्यासाठी ती धीराने उभी राहिली.

सप्तर्षीच्या डोक्याचे इमर्जन्सी ऑपरेशन करायला हवे होते.

ऑपरेशनपूर्वी सप्तर्षी शुद्धीवर आला. त्याने डोळे उघडले आणि नीलिमाच्या डोळ्यांतून पाण्याची धार लागली. तिने हलकेच त्याचा हात हातात घेतला. त्याने मंद स्मित केले.

त्याला ऑपरेशन थिएटरमध्ये हलवण्यात आले.

दिवेकर नीलिमाला म्हणाले, ''प्लीज नीलिमा, तुला सप्तर्षीविषयी किती वाटतं हे मला – कुणाहीपेक्षा मला एकट्याला – चांगलं ठाऊक आहे. त्याच्यासाठी लागेल ती मदत तू करशील; पण माणसांचा भरवसा देता येत नाही. एखादवेळी भावना आड येते. चुकून काहीतरी होऊन बसेल. तू तुझ्याऐवजी दुसऱ्या कुणाला तरी पाठव. कसंही करून ऑपरेशन यशस्वी व्हायला हवं. हट्ट करू नकोस. तू शहाणी आहेस. तुला समजतं.''

ऑपरेशनची वेळ होत आली. सर्जन सिंघानी या प्रकारच्या ऑपरेशन्ससाठी नावाजलेले होते. अत्यंत निष्णात आणि अनुभवी म्हणून त्यांची ख्याती होती. डॉक्टर दिवेकर त्यांचे मदतनीस होते.

सारे आत गेले. नर्सेस. हॉस्पिटल बॉईज – सारे.

एकटी नीलिमा मात्र तशीच बसून राहिली. क्षण क्षण मोजीत. या अशा ताटकळण्यापेक्षा आपण आत गेलो असतो, तर बरे असे तिच्या मनात येत होते.

पण तिला दिवेकरांचे पटले होते. तिचा दिवेकरांवर विश्वास होता.

असे अनंत युगे ताटकळल्यानंतर एकाएकी थिएटरचे दार उघडले. सर्जन सिंघानी बाहेर पडले. त्यांच्यानंतर डॉक्टर दिवेकर. मग इतर. कुणीही तिच्याकडे पाहिले नाही. पाठ फिरवून सगळे निघून गेले.

क्षणभर तिला काही कळेना. कुणीतरी दखल घेईल, म्हणून ती तशीच धडपडत उठून उभी राहिली.

दुसऱ्याच क्षणी या प्रकाराचा अर्थ तिच्या ध्यानात आला.

सप्तर्षी ऑपरेशन टेबलावर गतप्राण झाला होता.

दिवेकरांच्या सोबतीला आलेली शांतता एकदम भंग पावली.

दारावरचा पडदा सळसळला आणि नर्सचा युनिफॉर्म घातलेली नीलिमा त्यांच्यासमोर येऊन उभी राहिली.

प्रथम कुणीच काही बोलेना – स्निग्ध दृष्टीने ती नुसती दिवेकरांकडे पाहतच राहिली.

मग हलकेच म्हणाली, "बरं वाटतंय आता?"

हा ओलाचिंब मायेचा स्वर ऐकण्यासाठी तरी आपण जिवंत राहिलो, याविषयी डॉक्टरांना धन्य वाटले.

ते नुसते हसले. बोलण्यासारखे काही नव्हतेच.

तीच पुढे म्हणाली, "मला आश्चर्य वाटतं – नेहमी गाडी इतकी संथ चालवणारे तुम्ही – आज काय झालं तुम्हाला?"

तो आला होता – तो! मोटरसायकल फाऽस्ट चालविणारा! त्याने माझा पाठलाग केला; म्हणून मला नाइलाजाने गाडी जोरात मारावी लागली. डॉक्टरांना वाटले, एकदा सांगून टाकावे – माझा पाठलाग करून मला मृत्यूच्या तोंडी देऊन तो स्वतः गुप्त झाला! सांगावे सरळ.

पण मग वाटले – नको! ती विचारील, तुमच्याशी असं वागायचं त्याला काय कारण? तुम्ही दोघे तर अतिशय जवळचे मित्र होता!

मग आपण काय सांगायचे?

डॉक्टर गप्पच राहिले. शून्यात बघत नीलिमा म्हणाली, "माझंच नशीब

असं दरिद्री आहे! पंधरवड्यापूर्वी तो अपघात आणि आता हा –''

दिवेकरांच्या मनातल्या आशेला आता पुन्हा पालवी फुटू लागली होती. तिला आपुलकी वाटते आपल्याविषयी. त्याच्याइतकीच.

आज ना उद्या ते तिला लग्नाविषयी विचारणार होते. अगदी जपून. तिच्या भावना जराही न दुखवता. मुळीच घाई न करता. घाई केलेली वाईट दिसली असती. जसे काही सप्तर्षीच्या मृत्यूचे दु:ख झालेच नाही, असे दिसले असते.

पण सप्तर्षी गेल्यानंतर ती आपली झाल्याशिवाय राहणार नाही, याविषयी त्यांना संदेह उरला नव्हता.

कदाचित म्हणूनच आज सप्तर्षीला मोटरसायकलवरून –

गेलेल्या माणसाला इतका मत्सर का वाटावा? त्याला आता तिचा काय उपयोग? असे झटकून टाकले तरीही भीतीची एक कळ त्यांच्या मनात उठल्यावाचून राहिली नाही. या वेळेस कदाचित आपण जिवंत सुटलो पण यापुढे सप्तर्षी आपल्याला जिवंत ठेवणार नाही...

डॉक्टर दिवेकरांना घाम फुटला.

''तुमचं एक मायनर ऑपरेशन करावं लागणारेय. मणक्याचं. ताबडतोब.'' नीलिमा नर्स म्हणून बोलली.

''दुपारी बारा वाजता सर्जन गडकरी यायचेत. काही काळजी करू नका. ऑपरेशन अगदी साधं आहे.''

ऑपरेशन सप्तर्षीच्या ऑपरेशनच्या आठवणीने डॉक्टरांच्या अंगावर काटा आला.

दुपारचे बारा वाजले.

डॉक्टर दिवेकरांना थिएटरमध्ये नेण्यात आले.

सर्जन गडकरी आले. इतर मदतनीस आले. या वेळेस दिवेकरांनी खास 'रिक्वेस्ट' करून नर्स नीलिमाला हजर राहायला लावले. तिच्या हजेरीनेच डॉक्टरांना केवढा धीर आला!

सगळीकडे शांतता पसरली होती. फक्त घड्याळयाची टिकटिक तेवढी ऐकू येत होती आणि मंडळींचे श्वासोच्छ्वास!

अशीच शांतता त्या वेळेस पसरली होती. फक्त टिकटिक – आणि श्वासोच्छ्वास!

तो समोर पसरला होता – तो! ज्याला आपण मित्र मानले तो – ज्याला नीलिमा सर्वस्व द्यायला निघालीये तो! – आपले सर्वस्व!

सगळ्यांच्या तोंडाला फडकी – न बोलण्याची शपथ घ्यावी तसे सारेजण तोंड बांधून बसलेले –

सर्जन सिंघानींची चिंतातुर मुद्रा – त्यांनी हातमोजे चढवले...

घड्याळाची टिकटिक –

टेबलावरच्या सप्तर्षीचा श्वासोच्छ्वास – नुसती निळ्या बुबुळांची हालचाल – इकडून तिकडे – तिकडून इकडे –

– कुठे गेले ते चिडवल्यासारखे हो हो करून हसणे? तो उन्माद? "आय प्रपोज्ड हर. शी ॲक्सेप्टेड." तुला माहीत नसेल – पण तू दगा दिलास. मला दगा दिलास!

सगळीकडे दाटून येणारा काळोख – फक्त डोक्यावर जळणारा एक प्रखर दिवा –

दिव्याच्या प्रकाशात धातूच्या हत्यारांमधून निघालेले थंड किरण.

आणि स्तब्धता.

स्तब्धता. डॉक्टर दिवेकर शांतपणे ऑपरेशन टेबलावर पडलेले. फक्त विचारचक्र चाललेले, अतिशय वेगाने.

माथ्यावरचा दिवा. बाकी सारा थंड काळोख.

या काळोखात काय असेल ?

भीती – विलक्षण भीती –

तो मोटरसायकलवाला – काळेभोर कपडे घातलेला –

आपली मोटार उलटताच तो गुप्त झाला पण तो नक्की तोच होता! सप्तर्षी! आपले प्राण घेण्यासाठी टपलेला.

सर्जन गडकरींनी खूण केली. ॲनास्थेशिआ देण्यासाठी –

"मला वाचवा" – दिवेकरांच्या हृदयाने आकांत केला – "कुणीतरी वाचवा – तो माझे प्राण घेईल –"

का! कशासाठी?

"मी सांगू शकत नाही... पण त्याला कारण आहे – कारण आहे –"

सर्जन गडकरींनी खूण केली.

त्याबरोबर त्यांचा मदतनीस डॉक्टर ॲनास्थेशिया देण्यासाठी पुढे सरसावला.

दिवेकरांनी त्याच्याकडे पाहिले मात्र –

एक प्रचंड भीतीची लाट त्यांच्यावर कोसळली.

तेच-तेच निळे डोळे! तेच कपाळावर आलेले केस – पांढऱ्या कोटाखाली तीच काळी कॉलर!

सप्तर्षी!

हा इथं कसा आला?

वाचवा – तो मला गुंगीच्या औषधांचा ओव्हरडोस देईल – तो माझे प्राण घेईल!

"वाचवा – वाचवा!" ते किंचाळत सुटले, "ही इज सप्तर्षी. ही वाँटस् टू किल मी! बिकॉज आय किल्ड हिम! मी त्याचा प्राण घेतला! मी त्याला ओव्हरडोस दिला! अ पर्फेक्ट मर्डर! म्हणून तो माझे प्राण – वाचवा – वाचवा – कुणीतरी वाचवा मला."

पण यापुढचे काहीच त्यांना कळू शकले नाही.

सगळीकडे भयाण काळोख पसरला...

डॉक्टर शुद्धीवर आले, तेव्हा खोली संध्याकाळच्या उदास, मळकट प्रकाशाने भरून गेली होती.

त्यांच्या उशाशी कोणीतरी बसले होते.

ती नीलिमा नव्हती.

सप्तर्षीही नव्हता. कुणीतरी तिसराच गृहस्थ – पण पोरगेला. काहीसा सप्तर्षीसारखा वाटणारा. पायथ्याशी एक नर्स उभी होती.

त्यांनी डोळे उघडताच नर्स पुढे झाली. त्या पोरगेल्या गृहस्थाकडे बोट दाखवून म्हणाली, "हे डॉक्टर अष्टीकर. डॉक्टर सप्तर्षींच्या जागी आलेत."

आता एक गोष्ट दिवेकरांच्या लक्षात आली. अष्टीकरांनी काळ्या पँटवर काळा बुशशर्ट घातला होता.

"आजच जॉइन झाले. सकाळी त्यांना थोडा उशीर झाला, म्हणून ते जोरात मोटरसायकल हाणत होते – तर तेवढ्यात तुमच्या गाडीला ॲक्सिडेंट झाला. यांनीच तुम्हाला हॉस्पिटलमध्ये आणून पोहोचवलं."

डॉक्टर अष्टीकर हसले. त्यांनी नर्सला खूण केली. ती निघून गेली.

"नर्सनं इतकी सविस्तर ओळख का करून दिली माहितेय?" ते हसत हसत म्हणाले, "मीच तिला तसं सांगितलं. तुमचा गैरसमज झाल्याचं कळलं मला. दुपारी ऑपरेशनच्या वेळेस तुम्ही मला सप्तर्षी समजलात; पण मी काही तुम्हाला ओव्हरडोस दिला नाही. तुमचं ऑपरेशन यशस्वी झालं, यावरून ते दिसतंच आहे."

डॉक्टर दिवेकरांनी स्मित केले. त्यांना हायसे वाटले. भीतीच्या कल्पनांची जळमटे डोक्यातून जाताहेतसे वाटले.

"अर्थात तुमच्या कबुलीजबाबानं इथं बरीच खळबळ उडालीय. ती नीलिमा सारंग तर पोलिसांत जाण्याच्या गोष्टी बोलते आहे; पण हॉस्पिटल तिला तसं करू देईलसं वाटत नाही. शेवटी हॉस्पिटललादेखील स्वत:च्या इभ्रतीचा विचार करायला हवा! एनी वे, हे सगळं प्रकरण तुमचं आयुष्य उद्ध्वस्त करून टाकणारेय. डॉक्टर दिवेकर! जाऊ दे, फरगेट इट. तुम्ही आधी बरे तर व्हा या आजारातून!"

अष्टीकरांनी सांगितलेल्या हकीगतीने डॉक्टर हतबुद्ध झाले होते. आजारातून बरे होऊन आता काय फायदा होता? नीलिमा तर पुन्हा त्यांचे तोंड बघायला तयार होणार नव्हतीच, पण सारा समाज एक खुनी डॉक्टर म्हणून त्यांच्याकडे बोट दाखविणार होता!

''तुमच्या समजुतीप्रमाणे मी तुम्हाला ओव्हरडोस दिला नाही डॉक्टर दिवेकर.'' अष्टीकर सांगत होते, ''अहो, तुमचा प्राण घ्यायचा असता, तर सकाळी तुम्ही बेशुद्ध पडला असताना मला तुमच्या डोक्यात धोंडा नसता का घालता आला? चांगली अपघाताची सबब होती. कुणालाही कळलं नसतं; पण मी तुम्हाला इथं घेऊन आलो डॉक्टर. जगायची संधी दिली. आता तुम्ही पुष्कळ वर्षं जगा.'' डॉक्टर अष्टीकरांच्या शब्दाला धार आली होती, ''पुष्कळ वर्षं जगा आणि आपल्या पापाचं प्रायश्चित्त जिवंतपणीच घ्या.''

दिवेकर ऐकत राहिले. अष्टीकरांच्या शब्दांनी ते आतल्या आत जळत चालले होते. असे जळणे यापुढे त्यांच्या नशिबी कायमचेच लिहून ठेवलेले होते; पण आता या क्षणी त्यांना चिंता वाटू लागली होती ती दुसऱ्याच एका गोष्टीची.

अष्टीकरांचा आवाज त्यांना ओळखीचा वाटू लागला होता.

''आपण डॉक्टर आहोत दिवेकर -'' अष्टीकर सांगत होते - ''माणसाला जीवदान देणं हे डॉक्टरचं कर्तव्य असतं; त्याचा खून करणं नव्हे; आणि प्रेम आड येवो की सूड, माणसानं आपलं कर्तव्यच करायला हवं. मी तुम्हाला जिवंत ठेवलं ते याचसाठी डॉक्टर -'' अष्टीकर हसत हसत म्हणाले -

पण त्यांच्या बोलण्याकडे दिवेकरांचे लक्ष नव्हते. ते अष्टीकरांच्या चेहऱ्याकडे रोखून पाहत होते.

''तुम्ही मला ओळखलंत डॉक्टर.'' अष्टीकर म्हणाले, ''खऱ्या अष्टीकराला मी आज त्याच्या घरीच डांबून ठेवलंय. सुदैवानं इथं कुणी त्याला पाहिलेलं नव्हतं. मी थोडंसं वेगळं दिसण्याचा प्रयत्न केला - पण अजून मला रूप पालटणं तितकंसं जमत नाही -'' सप्तर्षी 'हो हो' करून हसत म्हणाला - ''लीव्ह अँड लेट लीव्ह डॉक्टर - जगा आणि जगू द्या - कारण मरण फार भयंकर असतं!''

पाहता पाहता त्याचे शरीर विरळ होत गेले. तो पूर्ण दिसेनासा झाल्यानंतरही काही वेळ त्याचे हास्य ऐकू येतच होते.

♦

꧁ इच्छा-देह ꧂

भलतेच थकून जाऊन चंद्रकांतने डोळे मिटले.

ऑफिसमधून घरी यायला आज त्याला तसा उशीरच झाला होता; पण इतक्या उशिरापर्यंत बसूनही काम पुरे झालेच नव्हते. वेळ कसा गेला तेही कळले नव्हते. सकाळपासून संध्याकाळपर्यंत तो आपल्या खुर्चीला खिळून होता. एकसारखे लोक येत होते, काम आटोपले की जात होते. फोन येत होते. यातून वेळ मिळेल तेव्हा स्टेनो मजकूर लिहून घेत होती. एखाद्या मंत्रमुग्ध माणसाप्रमाणे स्वत:ला विसरून चंद्रकांत गेले सहा-सात तास ऑफिसच्या त्या राक्षसी कामाचा गुलाम बनला होता.

केबिनमधून बाहेर पडतानाच तो इतका दमला होता की, दारातल्या पट्टेवाल्याच्या सलामाचा स्वीकार करण्यासाठी मान डोलावणेदेखील त्याला जड वाटले. शोफरने गाडीचे दार उघडताच त्याने कसेबसे आत अंग लोटले आणि मागच्या सीटवर मान टाकली.

घरात पाऊल टाकताच दोन्ही मुलांनी 'डॅडी आले – डॅडी आले' असा एकच गोंधळ उडवून दिला. मोठ्या प्रयासाने सविताने त्या मुलांना बाजूला केले आणि ती चंद्रकांतचा कोट काढू लागली.

"फार दमलात का आज?" तिने गोड आवाजात विचारले.

"हं." एवढेच तो म्हणाला. खरे तर त्याच्या मनात अनेक विचार एकाच वेळेस एकमेकांत गुरफटून तरंगत होते. का दमलो आपण इतके?.. आपला पूर्वीचा उत्साह गेला कुठे?... आपले वय झाले का?... चाळीस म्हणजे फार वय आहे का?... मग सविता कशी अजून थकत नाही?... की तीही आता पूर्वीची राहिलेली नाही.

प्रश्नांना उत्तरे मिळत नव्हती. त्यांची गरजही नव्हती. नुसते प्रश्नच मनात तरंगत होते. त्या थकव्याच्या तंद्रीतच चंद्रकांत टेबलाशी बसला, त्याने चहा संपविला. सविताने उंची किटलीतून नाजूकपणे परत ओतलेला चहादेखील घेतला. पोह्यांची बशी मानेनेच नाकारली आणि

तो टेरेसवर आला. त्याने आरामखुर्चीत अंग टाकले. तोच रामनाथने 'टाइम्स' आणून हातात दिला... टाइम्स समोर ठेवून चंद्रकांत आरामखुर्चीत पडून राहिला...

ही आरामखुर्ची त्याची फार आवडती होती. प्रशस्त, जुन्या पद्धतीची. वडिलांच्या वेळची. या खुर्चीत बसले आणि खुर्चीच्या रुंद पट्ट्याच्या हातावर हात ठेवले की, सारा थकवा निथळून अंगावेगळा झाल्यासारखा वाटायचा! कुणीतरी अंगावरून हलकेच हात फिरवून 'थकलास बेटा' म्हणते आहेसे वाटायचे.

नजरेसमोर 'टाइम्स' होता... पण मनात तरंगणारे विचारांचे ढग तो वाचू देत नव्हते... सूर्याचे शेवटचे किरण डोळ्यांवर फिरत होते... नजर टाइम्सवर फिरत होती... पण विचार... सविता पूर्वी कशी दिसायची – नाजूक, सुंदर... चपळ, अजूनही ती सुंदर दिसते; पण त्या सौंदर्यामागे मेहनत जाणवते. वय वाढत असलेले जाणवू नये – पैसेवाल्या नवऱ्याची बायको म्हणून शोभून दिसावे, असा त्या कष्टपूर्वक प्रसाधनामागचा स्पष्ट हेतू कळतो... तरुण असताना ती अव्यवस्थित राहिली तरी त्यात एक गोडवा असे... म्हणा आपण तरी आता कुठे कॉलेजच्या वयातल्यासारखे दिसतो?... कानावरचे केसदेखील आता पिकू लागले...

विचार गुरफटत जातात... धुके धुके पसरते... त्यावर मावळता सोनेरी प्रकाश... काही समजेनासे होते आणि मग एकदम खुर्चीचा, टेरेसचा संबंधच तुटतो...

खिडक्यांच्या पडद्यांवरच्या नक्षीकडे टक लावून पाहून चारुलतेला विलक्षण कंटाळा आला होता. मावळत्या सूर्याचे किरण पडून तो झिरझिरीत पडदा आता पुरता सोनेरी झाला होता. त्यावरची कातीव नक्षी आता अधिकच उठून दिसत होती. हे सारे दृश्य मोहक होते खरे, पण त्याकडे किती वेळ पाहत राहायचे?

आधीच बिछान्यात पडून राहून चारुलतेला जीव नकोसा झाला होता. हे वय काय असे बिछान्यात पडून राहण्याचे आहे? कॉलेजच्या दुसऱ्या वर्षाची मुलगी म्हणजे तारुण्यात पाऊल ठेवणारी गोजिरवाणी परी. मूळची नाजूक, गोरी चारुलता दिसायचीही परीसारखी; पण अचानक कसा कोण जाणे, आजाराचा घाला आला आणि या परीचे पंखच कापल्यासारखे झाले. दिवसेंदिवस नुसता अशक्तपणा वाढत चालला होता. डॉक्टरांना 'लो ब्लड प्रेशर'खेरीज कसले निदान होत नव्हते. अशक्तपणा चेंगटपणे साथ धरून होता आणि नुसते पडून राहिल्या राहिल्यानेच चारुलता थकत होती.

पण शरीर पडून राहिले म्हणून मन काही स्वस्थ बसत नव्हते. बांधून ठेवलेल्या फुलपाखराचे पंखदेखील फडफडतच राहतात, तसे ते मोकाट मन इवल्याशा आजारी शरीराला धडका देतच राही. त्याला नाना विषय सुचत.

आपले वय खेळण्याचे, धावण्याचे... नटण्या-मुरडण्याचे... प्रसाधनाचे, नाटकात कामे करण्याचे, नृत्य शिकण्याचे... मैत्रिणींबरोबर हौसमौज करण्याचे... आणखी... आणखी प्रेमात पडण्याचे. तसेच कुणी प्रेमात पडण्यासारखे नाही मिळाले तर प्रेमाच्या कल्पनेवरच प्रेम करण्याचे....

या कल्पनेनेच चारुलतेच्या फिकुटल्या गालावर एक गुलाबी ठिपका चढला.

तिची नजर दाराशी गेली. मोकळ्या दारातून बाहेरचे अंगण दिसत होते. अंगणाच्या भोवतीच्या दाट पानांचे कुंपण, जांभळ्या गोकर्णीच्या वेलींनी मढविलेली दरवाजाची कमान, दार मोकळेच होते, बहुधा ते मोकळेच असायचे. कुणी येत नसे की जात नसे.

कुणाची तरी वाट पाहावीशी वाटे. उगाचच.

कुणाची? प्रेमात पडावे असा एकही मित्र आपल्याला नाही. तसे मित्र आहेत; पण ते अगदीच पोरकट... नुकतीच मिसरूड फुटत असलेले. त्यांच्याशी गप्पा मारण्यात वेळ कसा जाई ते कळत नसे. पण त्यांच्यावर प्रेम? छे गं बाई! प्रेम करायचे म्हणजे ते एखाद्या गंभीर, बांधेसूद पुरुषावर. तो आपल्या बरोबरीचा असताच कामा नये. आपल्याहून मोठा. खूप मोठा. आपल्याला अगदी छोटी मुलगी समजून तळहातावर नाचवील असा. मग आपणही त्याच्या तळहातावर नाचण्यात धन्यता मानू... इतर मुलींप्रमाणे 'रोमियो' मुलगे आपल्याला आवडत नाहीत... आपल्याला हवा अनुभवी, धीरगंभीर, प्रौढ माणूस...

आपल्या या इतर मुलींपेक्षा वेगळ्या कल्पनेत गैर तर काही नाही? असेना का... ही माझी स्वत:ची कल्पना आहे –

जांभळ्या गोकर्णीच्या कमानीत कोणी तरी उभे आहे...

कोण असावे? चारुलता पडल्यापडल्याच, पण एकाग्रतेने पाहू लागली.

कोणी ओळखीचे दिसत नाही; पण गृहस्थ मोठा रुबाबदार वाटतो.

चारुलता बेडवर उठून बसली. ओहो! पाठीमागच्या सोनेरी ढगाच्या पार्श्वभूमीवर काय देखणा दिसतोय तो पुरुष!

कधी नव्हे ते, ती एकदम उत्साहाने उभी राहिली. उभे राहिल्या राहिल्या कशाचा तरी आधार घेण्याची आपली आजारातली सवयदेखील ती विसरून गेली. तो गृहस्थ क्षणभरच कमानीत थांबला आणि मग तिच्याच रोखाने येऊ लागला... जशी काही तिची आणि त्याची जुनी ओळख होती...

तसा तो मध्यमवयीनच दिसत होता. कानावरचे केस तर पिकू लागले होते; पण तरीही त्याचा भारदस्तपणा मोठा देखणा होता. किंचित थकल्यासारखा, पण आता उजळलेला. त्या स्मितात जो आत्मविश्वास होता, तो पोरगेल्या 'रोमिओ'च्या चर्येवर कधीतरी पाहायला मिळणार होता का?

चारुलता हसत हसत पुढे झाली. शरीरात एक नवीनच शक्ती खेळू लागल्यासारखे तिला वाटत होते.

पाहता पाहता ती पायऱ्या उतरून अंगणात आली. गेल्या कित्येक महिन्यांत तिला हे साधलेले नव्हते. तो हसत हसत तिच्याबरोबर परत दाराच्या दिशेने जाऊ लागला.

गोकर्णीपर्यंत दोघे पोहोचली, तेव्हा सूर्यास्त झाला होता. तिने क्षणभर आकाशा- तल्या शेवटच्या लालीकडे पाहिले आणि त्याच्याकडे वळून ती काहीतरी बोलणार, इतक्यात –

– तिला आश्चर्याचा जबरदस्त धक्का बसला. तिच्याशेजारी कोणीच नव्हते.

म्हणजे? आत्ता कुणीच आले नव्हते? मग तो देखणा, रुबाबदार, मध्यमवयीन गृहस्थ? तो केवळ भासच?

भास म्हणावा तर ती कुणाबरोबर इथवर चालत आली होती? गेल्या कित्येक महिन्यांत जे तिला साध्य झाले नव्हते, ते ती एकाएकी कसे करू शकली?

काही तरी होऊन गेले होते खास! कारण चारुलतेला एकदम ताजेतवाने वाटू लागले होते.

ती सावकाश चालत परत आपल्या बिछान्याशी गेली; पण तिचे मन राहून राहून विचार करीत होते –

– तो कोण होता?

चंद्रकांतने डोळे उघडले तेव्हा त्याला प्रथम काहीच समजेना.

आपण कुठे आहोत? आपल्याजवळ कोण उभे आहे? मग धुक्यातून हळूहळू स्पष्ट होत जाणारा सवितेचा चेहरा दिसला. शेजारी मुलांचे आवाज येत होते – "डॅडी – डॅडी –"

त्याने डोळे उघडताच सर्वांनी सुटकेचा नि:श्वास सोडला. पलीकडे उभ्या असलेल्या कुणाला तरी, बहुधा रामनाथलाच सविता म्हणाली – "उघडले डोळे." मग ती त्याला विचारू लागली, "अहो, कसं वाटतंय आता? बरं वाटतंय ना?"

समोर – टेरेसची भिंत. आपल्या ओळखीचीच. समोरची बिल्डिंगही नेहमी पाहतो तीच. ही आपलीच खुर्ची. आपण आपल्या घरीच आहोत. पण आलो कसे? कधी? आणि गेलो होतो कुठे?

अंधुकपणे आठवू लागले – एक पिवळे, लाल छपराचे देखणे घर – त्याच्यासमोर एक अंगण – गोकर्णीचा वेल चढवलेली कमान – आपण दारात शिरलो आणि समोरच ती होती, अत्यंत कृश. एखाद्या चित्रकाराच्या कल्पनेसारखी तरल. कोण होती ती?

"अहो, आत बेडरूममध्ये झोपता का?"

हा सविताचा आवाज. गोड, थोडी लाडिक लकब. मुद्दाम साधलेली. "बरं नाहीये ना तुम्हाला? चला घरात."

मुलांनी त्याला हाताला धरून उठविले. बाहेर काळोख पडला होता. टेरेसवरचा नक्षीदार दिवा लावलेला होता.

त्याला बेडवर झोपविताना सविता बोलत होती, "काय घाबरवलंत आम्हाला! मला वाटतं तुम्हाला चक्कर आली होती! अतिश्रम वाईट. आता रजा घ्या चांगली, विश्रांतीसाठी."

चंद्रकांत काहीच बोलला नाही; पण त्याला उलट मघापेक्षा आताच अधिक ताजेतवाने वाटू लागले होते. एकच प्रश्न मन कोरत होता – ती कोण असेल? आपली-तिची आजवर ओळखही नव्हती. कुठे तिला पाहिल्याचे आठवत नाही; पण तरीही आपल्याला पाहताच ती हसत हसत पुढे आली.

किती सुंदर स्वप्न! पाच मिनिटे डुलकी लागली एवढ्यात इतके सुंदर स्वप्न पडून गेले. स्वप्नच ते! थकलेल्या मेंदूला काहीही भास होतात. मग ती मुलगी ओळखीची कशाला हवी? पण तरीही स्वप्नापेक्षा ते अधिक खरे होते. स्वप्नात सारेच काही धूसर असते. इथे सगळे खरेखरे वाटत होते. फक्त ती मुलगीच नाही, तर – घर – अंगण – तो गोकर्णीचा वेल –

आपल्या मनातल्या विचारांनीच त्या सुंदर भासाचे रूप घेतले, याविषयी चारुलतेला आता शंका राहिली नव्हती; म्हणून तिच्या तब्येतीची सारखी जपणूक करणाऱ्या थोरल्या भावाकडे ती त्याविषयी काहीच बोलली नाही. मात्र तिचे अधिरे मन तो भास पुन्हा कधी होईल, याची एकसारखी वाट पाहत राहिले...

रात्रीची वेळ होती. चारुलता या कुशीवरून त्या कुशीवर वळत पडून राहिली होती. दिवसभर निजून राहिल्यामुळे असेल किंवा आणखी कशामुळे, पण तिला काही केल्या झोप लागत नव्हती. कदाचित हवेतला उकाडा वाढला असेल, अशा समजुतीने तिने दार उघडले आणि ती बाहेरच्या चांदण्याच्या पट्ट्याकडे पाहत पडून राहिली.

अचानक तिला त्या भासाची आठवण झाली. या क्षणी तो येताना दिसला तर तिचे अंग शहारले. मग तो शहारा केवळ भीतीचा होता की, अपेक्षेचा, कुणास ठाऊक!

चारुलता उठून बसली. तो आला होता! – येईल की नाही, अशा बेचैनीत तळमळणाऱ्या मनाला दिलासा मिळाला होता! – ती पायऱ्या उतरून धावत खाली गेली.

तिची ओढ त्यालाही जाणवली होती. किंबहुना त्याच्याही मनाला तशीच जबरदस्त ओढ लागली होती. अंगणात सावल्यांनी आखलेल्या चांदण्यांच्या पायघडीवरून तो हात पसरून पुढे झाला...

...तिने धावतच जाऊन त्याला मिठी मारली. इतका धीर तिला कुठून आला कुणास ठाऊक! कदाचित ही त्या चांदण्याचीच मोहिनी असेल!

– पण मिठी अपुरीच राहिली. मिठी मारणारे तिचे हात शरीराला कवटाळू शकले नाहीत. डोके छातीवर टेकूच शकले नाही. समोर दिसत असलेल्या त्याच्या शरीरात तिचे हात आणि डोके आरपार गेले...

– एक किंकाळी मारून ती बेशुद्ध पडली.

किंकाळी ऐकून भाऊ धावत आला. त्याला जमिनीवर पडलेली चारुलता दिसली.

तिच्या आसपास मात्र दुसरे काहीही नव्हते.

चंद्रकांत बिछान्यावर उठून बसला. त्याचे सारे शरीर घामाने निथळत होते.

पुन्हा एकदा ते स्वप्न पडले होते... आणि पुन्हा एकदा अर्धवटच संपले होते. पुन्हा एकदा... तीच मुलगी – तेच घर – पण या वेळेस तिची नजर परकी राहिली नव्हती. आपलीच वाट पाहत असल्याप्रमाणे ती आपण दिसताच धावत आली होती. जन्माजन्माची ओळख असल्यासारखी तिने आपल्याला मिठी मारली होती.

पण पुढे काय झाले ते कळलेच नाही. सगळीकडे जणू धुके धुके पसरले... चंद्रकांतने डोके गच्च दाबून धरले.

एकदम त्याचे लक्ष बाजूला गेले.

सविताही अंथरुणात उठून बसून त्याचे निरीक्षण करीत होती. नवऱ्याला काहीतरी होते आहे या कल्पनेने ती धास्तावली असेल; पण या वेळी काही बोलू नये एवढे समजण्याइतकी ती शहाणी होती. मात्र चालले आहे हे काहीतरी विचित्र आहे, हे तिला जाणवले होते.

सांगावे का हिला? – चंद्रकांतच्या मनात विचार आला; पण काय सांगायचे? स्वप्नात एक अनोळखी तरुण मुलगी येते? तिला काय वाटेल? ती समजून तरी घेईल का? की नुसती चिडेल? नकोच. या स्वप्नाविषयी कुणालाच सांगणे नको!

चंद्रकांतने पुन्हा उशीवर डोके टेकले.

आता मात्र चारुलतेला, भावाला सांगणे भागच पडले. अंगणात चारुलतेला भावाने शुद्धीवर आणले तेव्हा तिला काहीच सांगता येत नव्हते.

त्याने तिला चालण्याचीही तसदी दिली नाही. आजारामुळे फुलासारखा हलका झालेला तो देह त्याने दोन्ही हातांवर उचलला आणि सरळ बिछान्यावर आणून ठेवला.

दिवा लावला, पांघरूण घातले आणि तो जाऊ लागला, एवढ्यात चारुलतेने हाक मारली, ''भाऊ – थांब ना. मला भीती वाटते...''

भाऊ थांबला. त्याने तिला पाणी ओतून दिले. तिला ताप वगैरे नाही ना, हे पाहिले.

अडखळत, थबकत-थांबत तिने दोन्ही वेळा झालेल्या भासाविषयी त्याला सांगितले.

''घाबरू नको चारू.'' भाऊ म्हणाला, ''तू खूप अशक्त झाली आहेस ना, म्हणून तुला असे भास होतात. त्यात खरं काही नाही. तू नको लक्ष देऊ तिकडे. बरी झालीस, की आपोआप थांबेल हे सगळं.''

तिचे समाधान करता करता त्याने स्वतःचेही समाधान करून घेतले. तिला झोप येईपर्यंत तो तिथेच वाचत बसला. मग ती शांत झोपताच त्याने दिवा मालवला आणि तो आपल्या खोलीकडे वळला. अचानक एक विचार त्याच्या डोक्यात आला – समजा, हा भास नसेलच तर? तिला खरेच कुणी दिसत असेल तर?

खरेखुरे कोणी दिसत असेल – असे एकाएकी नाहीसे होणारे? म्हणजे पिशाच्चांचा त्याला आजवर अनुभव नव्हता; पण लोकांकडून ऐकले होते. तरुण मुलींना झपाटणारी पिशाच्चे असतात. त्यातून आपली बहीण आजारी – छे छे; या प्रकाराचा ताबडतोब छडा लावायला हवा!

दुसऱ्या दिवशी त्याने आजूबाजूच्या घरांमध्ये जाऊन चौकशी केली. आपले घर बांधले गेले त्याच्या आधीपासूनचा इतिहास वयोवृद्धांना विचारला. त्यांच्या कुणाच्या माहितीप्रमाणे तेथे 'तसले काही' नव्हते.

पण त्याच्या मनाची खात्री होईना. तो सारखा काळजी करू लागला. चारुलतेच्या तब्येतीवर पूर्वीपेक्षा अधिक बारीक लक्ष ठेवू लागला.

अचानक चारुलतेची प्रकृती अधिक खराब होऊ लागली. तशी ती फार सोशिक मुलगी होती. भावाच्या काळजीत भर नको, म्हणून ती काही बोलत नसे. पण तिची नजर एकसारखी दाराकडे जाई. तो आज तरी येईल, उद्या तरी येईल, असे तिला वाटत राही. तो आला तर आपल्याला पुन्हा एकदा त्या दिवशी वाटले तसे ताजेतवाने वाटेल! पण भाऊ? त्याचा काहीतरी भलतासलता अंदाज आहे! – तो विचारही तिला असह्य होत असे. वाट पाहून पाहून जीव अधिकच थकून जात असे.

खिडकीच्या पडद्यावरच्या नक्षीकडे पाहता पाहता तिच्या नजरेला भोवळ आली होती. बाहेर रखरखीत ऊन पडले होते; पण खोलीतल्या पडद्यांनी ते बाहेरच ठेवून. खोलीला थंडावा आणला होता. मधूनमधून ती सवयीने दाराकडे पाही; पण पिवळ्या धमक उन्हाखेरीज दुसरे काहीच दिसत नव्हते. तिने दाराकडे पाठ फिरविली आणि पुन्हा नक्षीवरची फुले मोजण्याचा चाळा सुरू केला...

कुणाचीशी चाहूल लागली म्हणून तिने वळून पाहिले.

तिच्या बिछान्याशी तो उभा होता. स्मित करीत. त्याचे डोळे जणू तिला विचारीत होते, "कसं वाटतंय आता?"

ती दचकून उठून बसली. तिच्यात पुन्हा एकदा नवी शक्ती संचारली होती. तिला म्हणावेसे वाटले, "खूप खूप बरं वाटतंय. तुम्ही आलात ना, म्हणून!"

पण ती काही बोलणार इतक्यात भाऊ आला. क्षणभर तो स्तंभित होऊन त्या दोघांकडे पाहत राहिला. बहिणीच्या शेजारी उभी असलेली ती पांढुरकी आकृती पाहताक्षणीच सारे त्याच्या ध्यानात आले. हाच – हाच तो मध्यमवयीन माणूस – ज्याच्याविषयी चारुलता बोलली होती. जो तिला त्या दिवशी रात्री –

"कोण आहात तुम्ही?" सारे अवसान गोळा करून त्याने विचारले.

पण उत्तर मिळाले नाही. जणू त्या आकृतीच्या तोंडून शब्द फुटत नव्हते; किंवा फुटत असले, तरी ते त्यांना ऐकू येत नव्हते.

"सांगा – इथं का येता तुम्ही?" भाऊने पुन्हा विचारले.

पण दुसऱ्याच क्षणी त्याच्या लक्षात आले की, आपण हा प्रश्न समोरच्या खिडकीला विचारीत आहोत. त्याच्या आणि खिडकीच्या मधे उभी असलेली ती रुबाबदार आकृती जणू पुसून काढल्यासारखी नाहीशी झाली होती...

चंद्रकांतने डोळे उघडले आणि डॉक्टरांनी घाम पुसला.

आज ऐन मीटिंगमध्ये एकाएकी चंद्रकांतला चक्कर आली आणि सगळे गडबडून गेले. ताबडतोब डॉक्टरांना बोलावणे गेले. तरीदेखील साऱ्या ऑफिसभर गडबड चालूच राहिली.

डॉक्टरांनी त्याची नाडी बघितली, पुन्हा एकदा ब्लड-प्रेशर घेतले. "आता सगळे नॉर्मल आहे." ते म्हणाले, "काळजी करायचं काही कारण नाही."

चंद्रकांतला किंचित हसू आले. आपल्यासाठी सगळे लोक काळजीत पडतात आणि आपण त्या वेळी एका विलक्षण प्रसंगात सापडलेले असतो – शक्य असते तर आपण हे साऱ्यांना समजावून दिले असते; पण कसे समजावून देणार? जिथे ते खुद्द आपल्यालाच समजलेले नाही तिथे?

काळजीचे कारण नसले तरी चंद्रकांतने विश्रांती घ्यायलाच हवी, असे

ऑफिसच्या डॉक्टरांचे आणि फॅमिली डॉक्टरांचे एकमत झाले. ऑफिसातून त्याला सक्तीने रजा देण्यात आली.

सविताने ताबडतोब एका हिल स्टेशनवरच्या हॉटेलमध्ये जागा बुक केली. मुलांच्या शाळा बुडू नयेत म्हणून त्यांना मावशीकडे पाठविण्यात आले. पुन्हा एकदा मधुचंद्र साजरा करायचा, आणि नवऱ्याला पूर्वीसारखा ठणठणीत बरा करून परत न्यायचा, याचा जणू सविताने विडा उचलला होता.

पण चंद्रकांतला काही या ट्रिपचा फारसा उत्साह दिसत नव्हता. तो आपला स्वतःच्या तंद्रीत असल्यासारखा वागत होता. सविता सांगत होती, त्या एकेक गोष्टी तो निमूटपणे करीत होता खरे; पण त्याचे चित्त दुसऱ्याच कुठल्या तरी गोष्टीकडे लागले आहे, हे सविताने ओळखले होते.

मात्र त्यांचा बेत काही बदलला नाही. ठरलेल्या दिवशी त्यांनी सारी तयारी केली आणि कार निघाली. प्रवासात चंद्रकांत थोडा अधिक उत्साह दाखवू लागला. रोजचे ते ऑफिसचे, कामाचे जग मागे पडले आणि हिरव्यागार झाडांची, निळ्या डोंगरांची सुंदर सृष्टी भोवती पसरली. एवढेच मनाला गारवा आणायला पुरेसे होते. त्याला वाटले, या हिरवळीकडे पाहता पाहताच आपले डोळे मिटतील आणि ते सुंदर स्वप्न पुन्हा डोळ्यांसमोर येईल...

पण ते स्वप्न तरी आता पूर्वीइतके सुंदर कुठे राहिले होते? ती मुलगी तर या खेपेस बिछान्याला खिळलेलीच दिसत होती... नेहमीप्रमाणे ती हसत हसत पुढे आली नव्हती – आणि तो गृहस्थ – तो कोण होता? तिचा भाऊ तर नसेल?

– आणि अचानक चंद्रकांतला ते घर दिसले. तेच पिवळे घर. लाल लाल छपराचे. ''थांब.'' तो ओरडला. शोफरने गाडी एकदम थांबवली. सर्वांनाच एक लहानसा धक्का बसला.

चंद्रकांत गाडीतून खाली उतरला.

नक्की – नक्की हेच ते घर! दारात गोकर्णीचा वेलदेखील हाच! एकूण असे घर प्रत्यक्षात आहे म्हणायचे!

''कुठे चाललात तुम्ही?'' म्हणत सविता त्याच्या मागोमाग गाडीतून उतरली.

चंद्रकांत कमानीतून सरळ आत गेला. अंगण ओलांडून सराईतपणे पायऱ्यांपर्यंत पोहोचला.

पण पायऱ्यांवर तिचा भाऊ उभा होता. त्याने त्याला अडविले.

''तू – तू परत आलास?'' तो विचित्र आवाजात ओरडला.

चंद्रकांत दचकला. त्या गृहस्थाचा अवतार काही विलक्षण दिसत होता. केस विस्कटलेले, मुद्रा भ्रमिष्ट, डोळे लालभडक झालेले...

''माझ्या बहिणीला तू पछाडलंस. आता कोण हवंय तुला?''

चंद्रकांतने काहीच न बोलता त्याला बाजूला केले. चारुलतेच्या खोलीच्या दिशेने तो जाऊ लागला.

"धावा, घरात पिशाच्च शिरलंय –'' असा आक्रोश करीत चारुलतेचा भाऊ अंगणात आला.

त्याच्या मागोमाग चंद्रकांत पायऱ्या उतरून आला. चारुलतेच्या भावाचा दंड घट्ट धरून त्याने त्याला वळविले.

"मी पिशाच्च नाही. नीट पाहा नीट पाहा माझ्याकडे.'' चंद्रकांत ओरडला.

भाऊ काहीच बोलला नाही. तो विलक्षण गोंधळलेला दिसत होता.

"मीदेखील पाहिलंय तुम्हाला.'' चंद्रकांत म्हणाला, "माझ्या स्वप्नात हे घर – ती मुलगी – सारं वाटायचं की केवळ एक स्वप्नच आहे! पण नाही. हे सारं अस्तित्वात आहे. तुम्हाला वाटायचं की मी पिशाच्च आहे! पण नाही – मी खरोखरीच जिवंत माणूस आहे!''

"मग ते – ते काय होतं?'' भाऊ कसाबसा बोलला.

"कुणास ठाऊक! कदाचित असं म्हणतात की, प्रत्येकाला एक वेगळा इच्छामय देह असतो आणि क्वचित तो स्वतंत्र होऊन क्षणात कुठंही जातो. विश्रांतीच्या –तारुण्याच्या शोधात, जिथं त्याला मनापासून बोलावणारं कुणी असेल –''

भराभर पायऱ्या चढून चंद्रकांत त्या ओळखीच्या दाराशी गेला. सराईतपणे.

"फार उशीर केलात तुम्ही प्रत्यक्ष यायला.'' भाऊ म्हणाला, "तुम्ही पिशाच्च आहात या कल्पनेनं तिनं हाय खाल्ली. काही तासांपूर्वीच –''

चंद्रकांतने पुढे होऊन पाहिले. ती अंथरुणावर पडली होती. तशीच नाजूक गोरीपान – लिलीच्या पांढऱ्याशुभ्र फुलासारखी...

– पण आता कधीच ती हात पसरून धावत त्याच्याकडे येणार नव्हती. त्याच्या तारुण्याचा शेवटचा क्षण संपला होता.

◆

❦ लांबणीवर ☙

आता विचार केला की, जे काही घडून गेले त्याचा विलक्षणपणा पटतो. त्यात जे काही भयंकर दृष्टीस पडले, त्याच्या आठवणीने तर अंगावर काटा उभा राहतो; पण त्या वेळी ते सगळे इतक्या सहजपणे घडून गेले की, त्यात काहीच विचित्र वाटले नाही.

आता विचार करा, वयात आलेल्या मुलीच्या लग्नाची काळजी कुणाला नसते? माणूस दुसऱ्याला हसतो, पण स्वत: लग्नाच्या मुलीचा बाप झाला की, विवंचनेत पडतोच ना? मुलगी एकदा सुस्थळी पडली की, सुटलो, याच विचारात तो सदैव राहतो. आता अलीकडच्या काळात मुलेमुली आपापली लग्ने स्वत:च जुळवितात, तेव्हा बापाला कसली काळजी? वगैरे सारे खरे; पण या सगळ्या दुसऱ्यांना सांगायच्या गोष्टी. स्वत:वर बेतले की, सारे बदलते. मुलीने स्वत:चे लग्न जुळवायच्या आत, आपण तिला मनासारखे घर शोधून द्यायला हवे, याचाच ध्यास लागतो. आमचे नानाच पहा ना! वास्तविक साधनासारख्या नाकीडोळी नीटस, गुणी मुलीचे लग्न म्हणजे काही फारशी काळजीची बाब नव्हती; पण हा विचार आमच्यासारख्या त्रयस्थाचा झाला. नानांना जसा काही तिच्या लग्नाचा घोरच लागून राहिला होता. ती जेमतेम बी. ए. होऊन नोकरीला लागली होती, म्हणजे अजून लहानच होती; पण नाना नेहमी मला म्हणायचे, "गोविंदा, पोरीचं जमेल तेव्हा माझ्या छातीवरचा धोंडा दूर होईल."

मी म्हणायचा, "नाना, एवढी कसली काळजी पडली आहे? अहो, पोरगी नक्षत्रासारखी देखणी आहे. कुणीही हसत हसत उचलून नेईल."

"त्याचीच तर काळजी." नाना म्हणायचे, "अरे, पोरीची जात – अल्लड वय! कोणीही रूपाची तारीफ केली की जाईल हुरळून! सुरुवातीला प्रेमाबिमाच्या लांबलांब गोष्टी करील आणि मग जन्मभर बसेल रडत! त्याआधी निदान चांगल्या खात्यापित्याच्या घरात द्यायला हवी. मग पुढं ती आणि तिचं नशीब."

"असं का बोलता नाना? मुलगी स्वभावानं शांत आहे, सांगितलेलं ऐकणारी आहे. ती तुमच्या शब्दाबाहेर जायची नाही. वेडंवाकडं काही करायची नाही. तुम्ही बिलकूल काळजी करू नका."

पण हे जणू नानांना ऐकूच जायचे नाही. त्यांच्या विचारांची एक तार लागलेली असायची. त्या तारेतच त्यांचा आवाज हळूहळू हळवा व्हायचा. ओल्या आवाजात ते मला म्हणायचे, "तुला माहीत नाही गोविंदा, या पोरीला तिच्या आईच्या मागं तळहातावरच्या फोडासारखं जपलंय. तिला काही कमी पडू दिलं नाही आजवर. तिच्याकडे सावत्र आई दुर्लक्ष करील म्हणून मी दुसरं लग्नदेखील केलेलं नाही. आता ही एकदा सासरी जाऊन नांदायला लागली की, मी मरायला मोकळा!"

त्यांनी मरणाची भाषा केली की साधना कावरीबावरी व्हायची. जन्मभर दोघे एकमेकांना सांभाळीत आले होते. त्यामुळे एकमेकांच्या विरहाची कल्पनादेखील त्यांना सहन होत नसे. हे लक्षात घेऊन मीच नानांना म्हणायचा, "एवढ्यात कसली मरणाची भाषा करता नाना? अजून तुमचं वय थोडंच झालंय?"

"तसं नाही रे गोविंदा." हसत हसत नाना म्हणायचे, "मरणाचा काही नेम देता येत नाही. कधी काय होईल, काही सांगता येतं का? मृत्यू केव्हाही येऊन समोर उभा राहील. असा तो आला, की मी मात्र त्याला सांगणारेय – 'तेवढं पोरीचं लग्न मला बघू दे –' मग जा घेऊन !" आणि 'हो हो' करून हसता हसताच ते तपकिरीची चिमूट नाकात सोडायचे.

नानांचे म्हणणे किती खरे होते याचा प्रत्यय ताबडतोब आला.

काही हासभास नसताना नानांची राहती बिल्डिंग अकस्मात कोसळली. बिल्डिंग जुनी झाली होती खरी; पण ती अशी कोसळेल याची कुणालाच कल्पना नव्हती. एक रात्र जोराचा पाऊस पडला आणि सकाळी कुणाला कल्पनाही नसताना बिल्डिंगचा एक भाग रोरो आवाज करीत खाली आला.

मधे एक बिल्डिंग सोडून पलीकडे आमचे घर. तेव्हा बिल्डिंग प्रत्यक्ष कोसळताना काही आम्हाला दिसली नाही. मात्र आवाज इतका प्रचंड झाला की, कानांत दडे बसले. प्रथम काय झाले हे कुणालाच कळेना. मग पलीकडून धुळीचा एक प्रचंड ढग आमच्या दिशेने सरकताना दिसला आणि रस्त्यात माणसांची तोबा गर्दी जमली. लोक बोटे दाखवून बडबडत होते. कोलाहल वाढत होता, त्यावरून असे काहीतरी झाले असणार, अशी आमची खात्री झाली. तत्क्षणी डोक्यात विचार आला तो नानांचा आणि साधनाचा.

मी लेंग्यावर सदरा चढविला आणि ताबडतोब नानांच्या बिल्डिंगकडे निघालो; पण कुठून जावे अन् कसे जावे ते समजतच नव्हते; कारण वातावरणात भरून

राहिलेल्या धुळीमुळे आधी काहीच स्पष्ट दिसत नव्हते... त्यातून पोलीस माणसांना पांगविण्याचा प्रयत्न करीत होते आणि गर्दी काही केल्या हटत नव्हती. त्या गर्दीतूनच वाट काढीत मी कसाबसा समोरच्या फूटपाथावर गेलो. पाहतो तो नानांचा आणि त्याच्या वरचा, असे दोन मजले एका बाजूने पार कोसळले होते. म्हणजे हाही नुसता एक तर्कच! कारण समोर दिसत होता तो केवळ सिमेंटविटांचा ढीग. त्यात काय शाबूत होते आणि काय नव्हते हे कसे ठरविणार? परंतु नानांच्या मजल्याची परिस्थिती एकूण चिंताजनक होती, एवढे खरे!

एवढ्यात ठणाठण करीत बंब येऊन पोहोचला आणि त्याला वाट देण्यासाठी बरीचशी गर्दी आपोआपच पांगली. बंबवाल्यांनी भराभर शिड्या लावल्या आणि प्रथम वर अडकलेल्या माणसांना खाली आणायला सुरुवात केली. आमच्या शेजारच्या बिल्डिंगमध्ये राहणारे एक डॉक्टर आपणहून पुढे सरसावले आणि एकेकाला तपासून, चटकन करता येण्याजोगे औषधोपचार, आणखी एकदोघांच्या मदतीने करू लागले. बहुतेक माणसे सुरक्षित होती; परंतु आपल्या व इतरांच्या जिवाच्या भीतीनेच अर्धमेली झाली होती. जमिनीवर सुरक्षित पाय टेकताच त्यांच्या जिवात जीव आला.

साधना खाली आली तेव्हा मी पुढं झालो. ती ओक्साबोक्सी रडत होती. तिच्या रडण्याचे कारण मला ताबडतोब कळले. सगळी मंडळी खाली आली, तरी नानांचा पत्ता नव्हता. मी तिचे कसेबसे सांत्वन करीत होतो; पण खरे म्हणजे मीच अतिशय काळजीत पडलो होतो.

एव्हाना ॲम्ब्युलन्सदेखील येऊन दाखल झाली होती. दोघा-तिघांना जबर जखमा झाल्या होत्या; पण त्यातल्या त्यात समाधानाची गोष्ट अशी की, बहुतेक लोक सुखरूप होते. मयत तर कुणीच नव्हते. निदान अजून तरी.

एवढ्यात स्ट्रेचरवरून नानांचा देह आणण्यात आला. स्ट्रेचर एका बाजूला ठेवण्यात आले. आमच्या शेजारचे डॉक्टर आणि ॲम्ब्युलन्समधून खाली उतरलेले आणखी एक डॉक्टर असे दोघे स्ट्रेचरजवळ गेले.

नानांचा चेहरा रक्ताने माखला होता. बहुधा तुळईसारखी एखादी अतिशय जड वस्तू त्यांच्या डोक्यावर पडली असावी. साधना धावत जाऊन नानांच्या देहावर पडली. जोरजोराने आक्रोश करू लागली. आजूबाजूच्या लोकांचेही तिला भान राहिले नव्हते. वेडाचा झटका आल्यासारखी ती तोंडाला येईल ते बोलत सुटली होती. "नाना, उठा – जागे व्हा, मला – मला सोडून नका हो जाऊ – मला कोण आहे तुमच्याशिवाय? उठा – नाना!" मोठमोठ्याने रडत ओरडत ती बरळत होती, "नाना, माझं लग्न पाहिल्याशिवाय तुम्ही जाणार नव्हता ना?

मग असं का केलंत? आता माझं लग्न कोण लावून देईल नाना?'' तिला काही ताळतंत्र राहिला नव्हता. एरवीची ती अबोल, लाजरी मुलगी या प्रसंगानं इतकी बदलेल असे कुणाच्या स्वप्नातही आले नसते. आजूबाजूच्या बायका आणि माझ्यासारखे जवळचे पुरुषसुद्धा तिची समजूत घालण्याचा, निदान तिला गप्प करण्याचा प्रयत्न करीत होते; पण ती तोंडाने ''नाना, उठा – जागे व्हा – शुद्धीवर या,'' असा जप करीत त्यांच्या छातीवर डोके घुसळीत, त्यांना हलवून उठविण्याचा प्रयत्न करीत होती.

हळूहळू नाना शुद्धीवर आले.

त्यानंतर पंधरा दिवस नाना हॉस्पिटलमध्ये होते.

या पंधरा दिवसांत साधना शक्य तेवढा वेळ त्यांच्याजवळ बसून असायची; पण दिवसाचा बराचसा वेळ नाना अगदी स्वस्थ झोपून असायचे. बहुधा त्यांनी घेतलेल्या विश्रांतीमुळेच त्यांच्या डोक्याची जखम फार वेगाने भरून येत असावी. त्यांच्या या भरमसाट प्रगतीचे खुद्द डॉक्टर्सनाही नवल वाटत होते. डॉक्टरांनी तसे म्हणताच ते म्हणत, ''मग? मला लवकर बरं वाटायलाच हवं. घरात पोर एकटी आहे, तिला एकटं ठेवून कुठं गेलो नाही मी आजवर. पोरीच्या बापाला मरायला फुरसत नसते बघा.''

डोक्यावरच्या जखमेने त्यांच्या बुद्धीवर काही परिणाम होईल, अशी एक भीती डॉक्टरांना वाटत होती, तीदेखील नानांनी पार खोटी ठरविली. त्यांना सारे काही व्यवस्थित आठवत होते, समजत होते. एवढेच नाही तर, त्यांची समज पूर्वीपेक्षाही अधिक कुशाग्र झाल्यासारखी कधी कधी वाटे. फक्त एकदाच मला त्यांच्या डोक्याची थोडीशी शंका आली.

नेहमीप्रमाणे मी त्यांना बघायला हॉस्पिटलमध्ये गेलो होतो. आणखीही दोघे-चौघे त्याच वेळी तिथं आले होते. नानांना स्पेशल वॉर्डमध्ये ठेवले होते. मध्येच त्यांना काय लहर आली कोण जाणे, ''मला गोविंदाशी एकट्याशीच बोलायचंय,'' असे म्हणून त्यांनी इतर सगळ्यांना बाहेर काढले. मला आश्चर्य वाटले; यांचे एवढे महत्त्वाचे काय काम असावे?

''तुझ्याकडे मागे ती स्थळांची यादी दिलीय, त्यांतली तीन-चार स्थळं तरी चालण्याजोगी होती. त्यांची चौकशी केलीस?'' नानांनी अगदी गुप्त गोष्ट विचारावी, तसे विचारले. अपघातापासून त्यांच्या आवाजात खूप फरक पडला होता. त्यातला पूर्वीचा भावनेचा ओलावा कुठे गेला होता कोण जाणे!

मी गप्प बसून राहिलो. स्थळांची चौकशी करायची राहून गेली होती. नानांनी पुन्हा तोच प्रश्न विचारला.

"करू हो! आताच काय घाई? तुम्ही आधी बरे तर व्हा –" मी हसत हसत म्हटले.

माझ्या उडवाउडवीने नाना अधिकच गंभीर झाले; किंचित दटावल्यासारखे म्हणाले, "नाही हं – असं चालायचं नाही. आता वेळ दवडून भागायचं नाही. सगळं कसं झटपट झटपट व्हायला हवं." आणि माझ्याकडे रोखून पाहत म्हणाले, "करशील ना स्थळांची चौकशी? मला वचन दे – अरे, वेळ थोडा आहे म्हणून म्हणतो. दे आधी वचन !"

नानांचे ते बोलणे आणि ती रोखलेली नजर, दोन्ही मला फार विचित्र वाटली. कदाचित त्यामुळेच असेल, पण स्थळांची चौकशी आपण शक्य तेवढ्या लवकर करायलाच हवी, असे माझ्या मनाने घेतले.

तसे म्हटले तर त्या यादीतली बरीच स्थळे आम्ही पूर्वी पाहिली होती; पण काही ना काही निमित्ताने अजूनपर्यंत कुठे जमले नव्हते. नानांची काळजी काही अगदीच खोटी नव्हती. मुलगी दिसायला बरी, ग्रॅज्युएट, नोकरी करणारी. तेव्हा लग्नाला काय अडचण येणार, असे जरी मला स्वत:ला वाटले, तरी अडचणी काहीही येऊ शकत. कधी पत्रिका जमत नसे, तर कधी उंची जमत नसे. कुणाला मुलगी ग्रॅज्युएट म्हणूनच नको असायची, तर कुणाला तिने नोकरी करणे पाप वाटायचे. कुणाच्या 'अपेक्षा' फारच मोठ्या असत, तर कुणाला "यंदा कर्तव्यच नसायचे."

तरीदेखील नानांच्या टोचणीने आणि स्वत:च्या चिकाटीने मी दोन-तीन स्थळांचे पत्ते मिळविले आणि त्यांच्याशी बोलणी चालू ठेवली. वाघ मागे लागल्यासारखे नानाही हॉस्पिटलमधून सुटका करून घेऊन परत आले. त्यांच्या बिल्डिंगची डागडुजी एवढ्या लवकर पुरी होण्यासारखी नव्हतीच; पण ज्या चार बिऱ्हाडांना राहणे अगदीच अशक्य होते त्यांना घरमालकाने तात्पुरती दुसरी जागा देऊ केली होती. त्यामुळे नानांचे बिऱ्हाड आमच्या घरापासून आता थोडे लांब गेले होते. तरीदेखील मी दररोज जाऊन त्यांना वरसंशोधनामधली माझी प्रगती सांगून येतच असे. न गेल्यास नाना स्वत:च माझ्या घरी हजर होत आणि त्यांची प्रकृती लक्षात घेता, त्यांना हे श्रम देणे योग्य नव्हते.

वरसंशोधनात कितीही उत्साह दाखविला, तरी नानांची प्रकृती एकंदरीत ढासळत चालली होती हे खरे. त्यांचा चेहरा अधिकाधिक हडकल्यासारखा दिसू लागला होता. डोळे ओढल्यासारखे झाले होते. मिशा पूर्णच पांढऱ्या झाल्या होत्या आणि सबंध कातडी पिवळट पडू लागली होती. आश्चर्य म्हणजे, कधीही स्वत:च्या कपड्यांची काळजी न घेणारे नाना अलीकडे बाहेर पडताना सदैव परीटघडीचे कपडे घालू लागले होते. कदाचित आपले बिघडत चाललेले

रंगरूप त्यामुळे कमी वाईट दिसेल, अशा हिशेबाने. नानांच्या या दक्षतेविषयी मी एकदा बोललो, तेव्हा ते म्हणाले, "काय करणार? अरे, मुलीचा बाप आहे मी. कुठे नीटनेटकं नाही गेलं तर आपली किंमत राहत नाही." कुठलाही विषय अशा रीतीने ते मुलीच्या लग्नाशीच आणून भिडवीत. तो विषय सोडून इतर कशाविषयी ते फारसे बोलतच नसत, म्हटले तरी चालेल.

अनेक लहानसहान बाबतीत नाना आता बदलले होते. त्यांचे हसणे पूर्वीसारखे न वाटता पोकळ, काहीसे खोटे वाटायचे. त्यांना जेवण फार कमी लागे, तपकीर ओढणे तर त्यांनी पूर्णपणे सोडून दिले होते.

एके दिवशी मी त्यांच्याकडे गेलो, तर नाना घरात नव्हते. साधना एकटीच होती. बोलता बोलता अचानक ती मला म्हणाली,

"मी तुमच्याकडे राहायला येऊ काका?"

"जरूर." मी म्हटले, "तुम्ही दोघंही येता का?"

"नाही नाही." ती घाईघाईने म्हणाली. "मी एकटीच येते."

"का गं?"

"मला इथे भीती वाटते काका." ती नाइलाज झाल्यासारखी उत्तरली.

"भीती? कुणाची?"

"कुणाची असं नाही. पण – नानाच अलीकडे चमत्कारिक वागतात."

"चमत्कारिक? म्हणजे?"

"म्हणजे फारसे बोलतच नाहीत – बोलतात ते माझ्या लग्नाविषयी. मध्येच म्हणतात की, तुझं लग्न झालं की मी सुटलो. तोवर मला हा त्रास आहे."

"त्रास कसला?"

"ते काहीच सांगत नाहीत; आणि खूप वेळ झोपतात. काय सांगू तुम्हाला काका –" सांगतानाही तिच्या अंगावर भीतीचा काटा उभा राहिलेला दिसत होता. "ते नेहमी उताणे झोपतात. पूर्वीसारखे कुशीवर झोपत नाहीत. हात दोन्ही बाजूंना सोडून सरळच्या सरळ झोपतात. मला ते पाहून कसंतरीच वाटतं; आणि जागे झाले की, पटकन नुसते डोळे उघडतात. कसलीही हालचाल न करता. थोडा वेळ नुसते टकटक बघत राहतात. समोर असले तर त्यांच्या या नुसत्या पाहण्याचीदेखील मला इतकी भीती वाटते –"

ती पुढे आणखी काही सांगणार एवढ्यात दारात नाना उभे राहिले. दाराच्या चौकटीत उभी राहिलेली, बाहेरच्या उजेडाच्या पार्श्वभूमीवरची त्यांची आकृती अधिकच कृश वाटत होती. त्यांच्या झिडफिडल्यासारख्या चालण्यावरून असे वाटत होते की, ते आता पडणार. त्यांना सावरण्यासाठी मी पुढे आलो; पण ते कसेबसे आत आले आणि त्यांनी बिछान्यावर अंग टाकले. दोन्ही हात शरीराच्या

दोन्ही बाजूंना ठेवून ते सरळच्या सरळ पडले आणि दुसऱ्याच क्षणी गाढ झोपी गेले. मी साधनाकडे पाहिले. अगदी हलक्या आवाजात मुसमुसून ती रडत होती.

मी घरी निरोप पाठविला आणि त्या रात्री तेथेच राहिलो.

जागा दोनच खोल्यांची होती; त्यामुळे रात्री मला नानांच्या खोलीत झोपावे लागले. नाना रात्रभर तळमळत होते, अंथरुणात उठून बसत होते. कदाचित त्यांची झोप पूर्ण झाली असावी. स्वत:शीच हलक्या आवाजात ते काहीतरी बोलत होते. त्यातले शब्द कळत नव्हते, पण ते "अरे कर्मा – नाही आता हे सोसवत. कधी सुटका होणार?" असे काहीतरी म्हणत असावेत. तो आवाज पूर्वीच्या नानांचा वाटत नव्हता. विलक्षण यातनांनी पीडलेल्या एखाद्या प्राण्याचा चीत्कार होता तो!

माझी खात्री झाली की, हे नेहमीच चालत असणार. रात्रभर न झोपता तळमळत पडलेली साधना ते ऐकतही असणारच. ती घाबरून गेली, यात नवल नव्हते. त्यातून आपले लग्न लांबणीवर पडल्यामुळे नानांना हा त्रास होतो, या भावनेने ती दु:खीही झाली होती.

मी तिला आमच्या घरी राहायला नेण्याचे ठरविले; पण एवढ्यात परिस्थितीला नवीनच वळण मिळाले.

साधनाचे लग्न ठरण्याची चिन्हे दिसू लागली.

मुलगा चांगल्या घरातला होता. इंजिनिअर झालेला होता. त्याला परदेशी जॉब होता; पण लग्न उरकायचे या हेतूनेच तिथून महिनाभराच्या रजेवर आला होता. अर्थात त्याला लग्नाची घाई होती, त्यामुळे नानांना हे स्थळ फारच पसंत पडले होते. स्थळ कळताच नाना ताबडतोब माझ्याकडे आले. मला म्हणाले, "गोविंदा, उद्याच्या उद्या साधनाला दाखवण्याचं बघ."

मी 'हो' म्हटले. त्यांच्या सततच्या सांगण्यामुळे म्हणा की, आणखी कशाने म्हणा, मलाही साधनाचे लग्न उरकून टाकण्याची घाई झाली होती.

"मेहेरबानी करून तू एकटाच जा तिच्याबरोबर." ते काकुळतीला येऊन म्हणाले, "माझी परिस्थिती तू पाहतोसच आहेस. केव्हा काय होईल याचा नेम नाही."

दुसऱ्या दिवशी मी साधनाला घेऊन नवऱ्या मुलाच्या घरी गेलो. एकूण परिस्थितीमुळे साधनाला या सगळ्या प्रकारांत फारसा उत्साह नव्हता; पण ती साधीसरळ मुलगी असल्यामुळे आढेवेढे न घेता माझ्याबरोबर आली. मुलगा खरेच चांगला होता. त्यानेही तिला फारसे अवघड वाटू न देता प्रसंग पार पाडला.

दुसऱ्याच दिवशी त्याच्या पसंतीचा निरोप आला. तो कळताच नानांना इतका आनंद झाला की, त्यांची तब्येत ठीक असती तर ते घरभर नाचले असते

असे वाटले. मात्र देण्याघेण्याची बोलणी करायला दुसऱ्या दिवशी बोलाविले होते. म्हणजे एक कठीण प्रसंग अजून शिल्लकच होता. परदेशी राहणारा मुलगा, म्हणजे त्याचे वडील श्रीमंत व्याह्याच्या शोधात असणार, हे ओघानेच आले, त्यामुळे मी जरा काळजीतच पडलो होतो.

माझी काळजी प्रत्यक्षात खरीच ठरली. नानांचे जे काही होते ते सारे साधनालाच मिळणार होते, तरी तेही फार काही नव्हते, हे मी मुलाच्या वडिलांना परोपरीने सांगितले; पण ते हटूनच बसले. त्यांचे म्हणणे विलायतेच्या मुलाला इतक्या पैसेवाल्यांच्या मुली सांगून येत असताना नानांच्या निर्धनतेचा विचार आम्ही का करावा? अलीकडे समारंभाचे फारसे प्रस्थ राहिलेले नाही, हेदेखील मी सांगून पाहिले; परंतु त्यांना मुलाच्या लायकीला साजेसा समारंभ करायचा होता. माझं काहीच ऐकून घ्यायला ते तयार नव्हते. स्वत: मुलगा तरी माझ्या बाजूने काही बोलेल अशी मला आशा होती; परंतु त्यालाही वडिलांना विरोध करण्याचा धीर झालेला दिसला नाही. काहीसे रागात आणि निराशेतच मी त्यांचे घर सोडले. नानांना तोंड कसे दाखवावे, ते मला कळत नव्हते.

पण त्यावाचून सुटका नव्हती. शेवटी मी खरेखुरे कसेबसे सांगून टाकले. नानांनी एक सुस्कारा सोडला आणि ते पडून राहिले. साधना काही बोलली नाही; पण तिच्या उतरलेल्या चेहऱ्याकडे पाहून नाना म्हणाले, ''तू काही काळजी करू नकोस बेटी. मी तुला उघड्यावर टाकणार नाही. तुझं लग्न करून दिल्याशिवाय मरणार नाही मी.''

आणि अचानक एक चमत्कार घडला.

दुसऱ्या दिवशी नवरा मुलगा स्वत:च्या पायांनी चालत माझ्या ऑफिसात आला. मी कालचा प्रसंग विसरल्यासारखे त्याचे स्वागत केले. इकडच्यातिकडच्या चार गोष्टी होताच त्याने येण्याचे कारण सांगितले. त्याला आमच्या अटी मंजूर होत्या नि आमचा संबंध तोडायचा नव्हता. वडिलांची समजूत तो जमेल तशी काढणार होता.

त्याच्या वागण्यात झालेल्या बदलाचे कारण मी विचारले. तो खरे कारण सांगायला संकोचलेला दिसला. त्याने खूप उडवाउडवी केली, पण मी बधलो नाही. अखेरीस सांगितले. म्हणाला, ''तुमचा विश्वास नाही बसायचा कदाचित, कुणालाही सांगितलं तर पटणार नाही. प्रत्यक्ष अनुभव आला म्हणून मी तरी खरं मानतोय.''

''काय ते?'' मी विचारले.

''आज पहाटेची गोष्ट. सूर्योदयापूर्वीची. मला एकदम विलक्षण थंडी भरून जाग आली. उठून पाहतो तो पंखा बंद होता. पडदेही ओढलेले होते, तरीही खोलीत जणू बर्फासारखं थंड वारं सुटलं होतं.''

"मग?"

"एकदम माझं लक्ष पायापाशी गेलं. तिथं कुणी तरी बसलं होतं."

"कोण?"

"ते मलाही कळलं नाही. एकदम खोलीत येऊन कोण बसलं म्हणून मी प्रथम दचकलो. नीट पाहावं तर पुढे वाकण्याचाही धीर होईना. एवढ्यात ते जे काही होतं ते बोलायला लागलं. अगदी हलक्या, खोल आवाजात स्वत:शी बोलल्याप्रमाणे म्हणालं, "पोरा, नको अडवून धरू गरीब माणसांना. बाप आपली पोरगी देतोय म्हणजे स्वत:चे प्राणच उचलून देतोय. आणखी काय हवंय द्यायला? आहे ते सारं देणारच आहेत; पण एवढी वेळ निभावून ने." मी काही बोलणार, एवढ्यात ते गाठोड्यासारखं जे काही होतं ते नाहीसं झालं, तरी त्याचा आवाज मागे राहिला. जणू काही माझ्या कानांतच तो आवाज घुमत होता..."

त्याच्या हकीकतीने मी अवाक् झालो. बेट्याला पहाटेसच काहीतरी स्वप्न पडले असावे यात शंका नव्हती. काही का असेना, त्या स्वप्नाचा त्याच्या मनावर परिणाम झाला होता. झालेली गोष्ट आमच्या फायद्यावरच पडणारी होती...

यानंतर कामाची एकच झुंबड उडून राहिली. लग्नाचा मुहूर्त आठवड्या-भरानंतरचाच धरला होता. काही काही कामे आठवड्यात होणेदेखील मुष्कील होते, परंतु वरपक्षाची घाई असल्यामुळे, आठवड्यात होतील एवढ्याच गोष्टी करण्याचे ठरले. नानांच्या अंगात एकदम नवीन उत्साह संचारला आणि या निमित्ताने त्यांची तब्येत कायमचीच सुधारेल असे वाटू लागले. साधनाही आता पहिल्यापेक्षा अधिक मोकळी झाल्यासारखी वागू लागली. नाना एके दिवशी उठून आपल्या गावी गेले आणि थोडाफार जमीनजुमला होता, तो विकून खर्चासाठी पैसे घेऊन आले. हे असले अवघड काम त्यांनी अवघ्या दीड दिवसात कसे केले हे त्यांचे त्यांनाच माहीत; पण "तुम्हाला प्रवास झेपणार नाही, मला बरोबर येऊ दे," असे सांगत होतो, तेही त्यांनी जुमानले नाही. "जवळच्या कुणाचे तरी कर्ज काढू, हवे तर मी कर्ज देतो," असे सांगितले, तेही ऐकले नव्हते. "लग्नानंतर मला कर्जाचाही पाश नको." असे म्हणून माझा विचार धुडकावून लावला.

अखेरीस लग्नाचा दिवस उजाडला. मुलीच्या वडिलांची तब्येत ठीक नसते, असे सांगून नानांना एका खोलीत बसवून ठेवले होते. तरीदेखील अधूनमधून ते सारी शक्ती गोळा करून समारंभात फिरून येत.

कन्यादानाच्या वेळी साधनाला अनावर रडू कोसळले. गेल्या काही दिवसांत नानांविषयी वाटणाऱ्या विचित्र भावना त्या रडण्यात विरघळून गेल्या. आई

आणि बाप या दोन्हींच्या ठायी असलेल्या या माणसाला त्याच्या अशा अवस्थेत सोडून जाताना तिचा जीव थोडाथोडा झाला. नानांच्या डोळ्यांत मात्र पाण्याचा टिपूस नव्हता. त्यांच्या चेहऱ्यावर विलक्षण शांती पसरली होती, मात्र तिच्यात थोडाथोडा थकवा मिसळला होता.

दिवसभरात तो थकवा वाढतच गेला. त्यांचा चेहरा आता अधिक खप्पड दिसू लागला. गालांची हाडे वर आली होती आणि डोळ्यांच्या केवळ खोबणीच राहिल्या होत्या. ते हसले तरी ते पाहणाऱ्याला भयाण वाटे.

रात्र झाली – लग्नसमारंभ संपला. नवरानवरी नानांच्या पाया पडून गेली. पाहुण्यांची वर्दळही कमी झाली. मी नानांवर लक्ष ठेवून होतो. ते उभे होते; पण उभे राहणेदेखील त्यांना अवघड होत होते. तरीही "नाना, काय होतंय?" हे विचारायला मी जवळ गेलो नाही. का कोण जाणे, पण मला त्यांच्याजवळ जाण्याची भीती वाटू लागली होती...

मात्र घरी जाताना नानांनी मला मुद्दाम बोलावून बरोबर घेतले. टॅक्सी सोडून आम्ही वर गेलो. माझा आधार न घेता नाना एकटेच तरातरा चालत वर गेले. कुलूप उघडून आत गेले. त्यांना श्वास लागला होता. नीट बोलवतही नव्हते. मी त्यांना "विश्रांती घ्या" म्हणणार होतो; पण मला हाताने थांबवीत ते खोल आवाजात म्हणाले,

"गोविंदा... सांगतो ते नीट ऐकून घे. तुला कल्पना नसेल – पण बिल्डिंग पडली, त्याच वेळी माझा प्राण गेला... पोरीनं जीव तोडून हाक दिली – तिचं लग्न राहिलं होतं, म्हणून मी परत आलो. इच्छाशक्तीच्या जोरावर कसाबसा हा देह टिकवला, एवढंच; पण फार त्रासाचं होतं ते. जितक्या लवकर सुटता येईल यातून तेवढं बरं होतं. आता लग्न पार पडलं. पोरगी परदेशी जातेय ते बरंच. इथं असती तर माझी आठवण एकसारखी येत राहिली असती – तिला यातलं काही सांगू नको, घाबरून जाईल. फक्त म्हणावं, अपघाताच्या तारखेला माझं स्मरण करा –"

ते बिछान्यावर पडले. मी दिवा लावला.

आणि जे दिसलं, त्यानं माझी बोबडी वळली.

बिछान्यावर एक सांगाडा पडला होता. त्याच्या अंगावर कपडे बुजगावण्याला घातल्यासारखे दिसत होते. चेहरा, हात, पाय यांच्यावरचे शरीर सडून भराभरा आकसत चालले होते, खोलीत दुर्गंधी सुटू लागली होती...

– लग्नाच्या रात्रीच मुलीचा बाप वारला, हा लोकांना योगायोग वाटत राहिला.

मी त्यांचे अंत्यदर्शन कुणालाही घेऊ दिले नाही – साधनालादेखील.

♦

௵ बाबल्या रावळाचा पेटारा ௹

कुणी काही जोरजोराने वाजवू लागले की, मला फार भीती वाटते. तडतड तडतड ताशा... झन् झन् – झांजा ढोल... सावकाश – पण एका तालात... ढम् ढम् ढम्...

साधे घासलेटचे डबे... ढाण् ढाण् ढाण् – भयानक!

हे सारे असे कर्कश वाजायला लागले की, पोटात भीतीचा गोळा उठतो.

वाटते, यापासून पळून जावे; पण नाही पळता येणार.

त्यांना माहीत आहे की, हे माझ्यासारख्याला सहन होत नाही... म्हणून मुद्दामच तर वाजवतात!

एकटा-दुकटा नाही... ते बरेच जण आहेत... त्यांना कल्पना आहे की, माझे त्यांचे पटणार नाही. माझ्यासारख्याला शांतता हवी, सौम्यपणा हवा; म्हणून तर त्यांचे आपले वैर! त्यांना शांतता नको – मुळीच नको! त्यांना हवा नाद – ठण् ठण् ठणा, ठणा, ढाम् ढाम्! त्या नादातून येते ती बेहोशी त्यांना हवी. सगळ्यांनी वाजवले की, सगळे जवळ येतात. एकत्र होतात. सोबत मिळते एकमेकांची. नाद नसला की, शांतता असते... एकटेपणा असतो... तो असह्य होतो. म्हणून ते वाजवीत राहतात... एकसारखे वाजवीत राहतात. दुसऱ्याला असह्य होईपर्यंत –

तेव्हाही नाही का त्यांनी असेच केले? ते एकसारखे वाजवतच राहिले, "थांबा, थांबा" म्हटले तरी ऐकले नाही... उलट मलाच "चूप बस" म्हटले. बाजूला ढकलले.

साहजिकच होते. माझे वय त्या वेळेस अगदीच लहान – गुडघ्याएवढा पोर होतो मी! नुसता हात उगारला तरी लांब पळणारा! पण आतासुद्धा ते माझे काही चालू देणार नाहीत. गोंगाट करीत, आरडाओरडा करीत वाजवीत राहतील... वाजवीतच राहतील! कारण मी एकटा आहे – ते

अनेक आहेत. तेव्हाही मी एकटा होतो. सगळा गाव त्यांचा होता. केवळ लहान होतो म्हणून नाही!... पण एकटा होतो, म्हणून! गोंगाटात भाग न घेणारा, आवाज न आवडणारा, न संतापणारा, कुणाचा काटा न काढणारा, मी एकटाच होतो. त्यांच्यापेक्षा फार वेगळा होतो.

आणि ते साऱ्या गावभर पसरले होते.

"गुन्हेगाराक् शासन् ह्यां जाउंकच व्हया." ते रंगात आले की, एकमेकांना सांगत.

–"नाय् तर देवाचो कोप नाय् जातलो?"

– असा पापभीरू, देवभीरू गाव!

पण कोण गुन्हेगार, कसले शासन?

गाव ठरवील तो गुन्हेगार – मनात आणील ते शासन!

आणि गाव म्हणजे ते – जोरजोरात नगारे बडवणारे!

होळी चार दिवसांवर आल्यापासूनच गावात वाजपे सुरू झाली होती. चार-आठ जणांचे गट सकाळपासून निघायचे. डबे, बोर्ड, थाळ्या – काय मिळेल ते हातात घेऊन वाजवीत घराघरांसमोर उभे राहायचे आणि होळीची वर्गणी गोळा करायचे. नाही म्हणायची कुणाची शामत? पण नुसती अनिच्छा दाखवली, तरी त्याच्या आईमाईचा उद्धार व्हायचा. फक्त चवली-पावली नव्हे, तर कुणाकुणाकडे होळीत टाकण्याजोगे जुने सामान काय आहे, त्याचीदेखील चौकशी व्हायची. कोणी सामानाचा लोभ दाखविला तर शिव्या देऊन त्याची संभावना व्हायची. "मेल्या, अजून कित्याक् ह्यो बाक तुका? बसान् बसान् लाकडा झिजवलीस!" "ह्येका खुर्ची म्हणतंस? रांडेच्या, तीन तरी पाय आसत हिचे जाग्यार?" असे विचारतानाच हलवून हलवून ते फर्निचर अधिकच खिळखिळे केले जाई. झालेच तर कुणाची, फळे न धरणारी आंब्याची झाडे असत, कुणाचे माडाचे खुंट – एवढे असूनही, न विचारता पळवलेली लाकडे, मांगरांची झापे, आणि तोडलेली झाडे, यांच्यापायी मालकाने मारलेल्या बोंबा होळीच्या पुढे पंधरा दिवस चालू राहत.

वाजपी मंडळी बाबल्या रावळाच्या दारात आली तेव्हा बाबल्या पेज पीत होता. त्याची बायको गोकुळा त्याला भाजी वाढत होती. वाजपी खळ्यात आले तेव्हा ती पातेले ठेवून दारापर्यंत आलेली दिसली. उंबरठ्याच्या बाहेर काही ती आली नाही; पण तिची उंच, शेलाटी आकृती आत उभी राहताच सगळ्यांनी चावाचूप होऊन एकमेकांकडे पाहिले. वाजविणारेदेखील क्षणभर वाजवायचे थांबले.

"बसा हां – रे, एवढी पेज संपवान् इलंय्." बाबल्या रावळ आतूनच ओरडला.

मग मंडळी खळ्यातच बसली. मंडळी म्हणजे दोन-चार मोठी माणसे. दम देण्यापुरती. बाकीची पोरं-सोरंच.

धोतराने मिशी पुशीत बाबल्या रावळ बाहेर आला. रावळ दिसण्यात उजवा होता. मिशा, कल्ले आणि बलदंड शरीर यांमुळे तो भलताच मर्दानी दिसे. मला मात्र त्याचे ते, दुसऱ्याचा कचरा केल्यासारखे छद्मी हसणे कधीच आवडत नसे.

रावळाच्या मर्दानी दिसण्यावरदेखील गावाचे कुचकट शेरे असायचेच. खोकून खोकून छातीचे टिनपाट झालेले म्हातारेदेखील रावळाला उघडउघड विचारीत, ''काय उपयोग मेल्या तुझ्या पैलवानकीचा? एक झील तरी काढलंस?'' हे बोलणे रावळाच्या मनाला झोंबत असलेच पाहिजे; पण वरवर तो 'हो हो' करून खोटे हसायचा आणि म्हणायचा, ''काय सांगतलास आप्पा? या गोष्टी देवाच्या हातीन्च्या. आम्ही काय कमी केला देवाक? जत्रेत पयलो बोकड कापतंत आमच्या नावाचो; पण नाय येणा दया देवाक, तेका काय करतलास?''

एक मात्र खरे की, देवासाठी म्हणून काहीही मागितले तरी त्याला बाबल्या रावळाची 'ना' नसे. म्हणूनच होळीसाठी सामान जमा करणाऱ्या मंडळींना रावळाचा भरवसा होता. दरवर्षी तो मोडक्यातोडक्या तुकड्यांबरोबर लाकडाची एक तरी धड वस्तू द्यायचाच.

''काय दितलंय रावळा यंदा?'' मंडळींपैकी एकाने विचारले.

''काय शिल्लक ठेवलांय् तुम्ही?'' रावळ हसत हसत म्हणाला, ''खुर्ची म्हणा नुको, टेबल म्हणा नुको, जे ते होळीत नेऊन जाळल्यात? आता परवाच्या दिवशी मुंबईसून कपाट हाडला बरांसां काचवाला – त्या घालतंय तुमच्या बोडख्यार कसा?'

''काय तरी बोला नुकोस हा. कपाटाचा ऱ्हावदे. नीट सामक्या बोल. काय देशीत?''

हो ना करता करता बाबल्या रावळ माडीवर ठेवलेली एक प्रचंड संदूक द्यायला तयार झाला. पेटी तशी जुनीच वाडवडिलांपासूनची. पण अजून मजबूत होती. मात्र तिच्यात ठेवलेली जुनी भांडीकुंडी बाहेर काढायला रावळाला सवड हवी होती. वाटेल तेवढी सवड द्यायला मंडळी तयार झाली. सर्वांनी शेवटी बाबल्याकडून पेटी उचलायचे ठरले आणि मंडळी पुढल्या घरी निघाली.

– परत त्यांचे वाजप सुरू झाले.

कानांत बोटे घालावी लागतील, एवढ्या जोरजोराने ठणाठणा करून डबे वाजविणे... मधेच दचकायला होईल असे खाणकन झांजा आपटणे, ताटांवरती काठ्या बडवणे...

आणि त्यातूनही अधिक भयंकर अशा त्यांच्या गप्पा –

"बघितलास, कशी लपली दाराआड, आमका भिऊन?"

"लपतली नाय तर काय? रांडेक् तोंड खंय आसा गावाक् दाखवूक? मेली गावाचो निर्वंश करूक बघताहां; पण म्हणूंचा गाव तसो सोडतलो नाय तुका –"

"देवाचा काम म्हणून ह्या वाजप देवाचा वाजवला तेव्हा कशी जीव टाकूक इली– पुढे कशी येत? देवापुढे लपानच रवतली! जखीण मा रे ती!'

"बिचारो रावळ! माणूस निस्तो देवावाणी! पण ही अवदसा घरात – एकदाची मरात तेव्हा सुटतलो!"

"मरूची नाय अशीतशी – त्याका मारतली ती माणूसखाय!"

हसणे, बडबड, वचवच आणि सगळ्या 'वाद्या'चा एकत्र गलका – ठाण् ठाण् ढणा ढाणा झन् झन् झन्!

दुसऱ्या दिवशी मी रावळांच्या घराजवळच्या रानातून चाललो होतो, तर मला गोकुळाने हाक मारून बोलावले.

लोक गोकुळाविषयी काहीही म्हणोत, पण तिने हाक मारून बोलावले की, मला आनंद व्हायचा; कारण ती नेहमी काहीतरी चांगलेचुंगले हातावर ठेवायची. केसांवरून, पाठीवरून मायेने हात फिरवायची.

तसे म्हटले तर ती मला एकट्यालाच खाऊ द्यायला बोलवायची असे नाही. पूर्वी ती आजूबाजूच्या सगळ्या मुलांना जवळ करायची. परके नवीन मूल गावात आले की, आपणहून, "खंयसून इलंस रे?" म्हणून चौकशी करायची. ती हा असा सगळ्या मुलांविषयी ओढा का दाखवीत असे, याचे कारण उघड होते – बाबल्या रावळाला मूल नव्हते. रावळांचे बाजारात दुकान होते. ते बऱ्यापैकी चालत होते. तेव्हा आल्या-गेल्याच्या हातावर गूळखडा ठेवणे काही गोकुळाला महाग नव्हते. पण असते महाग तरी तिने तोंडाचा घास काढून मुलांच्या हातावर ठेवला असता, इतकी तिला मुले आवडत. आणि गूळ नाही, तरी गुळासारखी मधुर वाणी होतीच तिच्यापाशी! पण ही झाली पूर्वीची गोष्ट. आजकाल सगळे बदलले होते.

गोकुळाने हाक मारल्यावर मुले थांबत नाहीतशी झाली होती. उलट, तिच्याकडे लक्षच नसल्यासारखे दाखवून ती दुसरीकडे बघत तरातरा चालती व्हायची. तिच्या नजरेच्या टप्प्यातून बाहेर पडली की, धूम ठोकून घर गाठायची. गोकुळाच्या हे लक्षात येई; ती पदराने डोळे टिपीत घरात जाई.

एकदा माझ्याबरोबरीचे एक पोर असे धूम ठोकून पळत जाताना मला दिसले. मी विचारले – "काय रे श्रावणा, तुकां गोकळ्यान् हाक मारली, तर पळालंस खेका थंयसून?"

श्रावण काहीच उत्तर न देता चालू लागला.

"रे श्रावणा, अरे बोलणंस नाय कित्याक? तुकां काय वाटला, तिना काम सांगूक बोलावला? अरे, खाऊक देतली होती खाजाबिजां!"

"आमका नुको बाबा तां खाजा!" श्रावण शिष्टपणे म्हणाला, "आज खाजा घेऊचा, आन् उद्या मगे मसणात जाऊंचा."

"मसणात? म्हणजे रे?" मी धसकून विचारले.

तेव्हा श्रावणाकडून सगळी बातमी कळली. गोकुळा म्हणे मुलांना "करून घालते." म्हणजे तिच्या हातचा खाऊ घेतलेली पोरे जगत नाहीत. जगली तरी किरकिरी होतात, नाहीतर वेडीसुद्धा होतात. म्हणून सगळ्या आयांनी आपल्या पोरांना बजावून ठेवले होते, "रे, काय घेऊबिऊ नकात हां त्या हडळीच्या हातचा घ्याल– तर मरशात फुक्काट!" पोरेदेखील या धमकीने घाबरून गेली होती. याला फक्त माझा अपवाद! कारण मला धमकवायला आईच नव्हती.

"कायतरीच काय –" मी श्रावणाला हटकले. "माजो नाय विश्वास! अरे, गोकुळ्यासारखी नंबरी बाई – असा कुणाचा वाईट करीत तरी – हाट्!"

यावर त्याने मला अनेक गोष्टी सांगितल्या. दूधवाल्या सावंताच्या पोरीला गोकुळ्याने खणाचा परकर-पोलका शिवला. तो शिवल्यापासून तिने कधी तो अंगालाच लावला नव्हता. त्या दिवशीच तिला जो बारीक ताप यायला लागला, त्याने अजून तिचे अंग सोडले नव्हते.

मुंबईहून एक गोरागोमटा मुलगा नारकरांच्या इथे पाहुणा आला होता. गोकुळाने त्याला नुसते "कोणाकडे रे इलंस?" म्हणून विचारले मात्र; त्या रात्रीच फुरसे चावल्याचे निमित्त होऊन तो खलास झाला.

आणि तो वाण्याचा पदू – एक दिवस गोकुळाला दळायला हात लावला त्याने, तेव्हापासून दर अवसे-पुनवेला त्याला जो दमा लागतो, तो वैद्य केले, मांत्रिक केले तरी उतरत म्हणून नाही...

गावातल्या बायका नदीवर, हळदी-कुंकवाला, देवळात, कुठेही भेटल्या की, गोकुळाविषयी हेच बोलत. "आपन वांझोटा तां वाझोटां, आन् दुसऱ्याची पोरां खाता" असे म्हणत. दिसते बघा कशी पहाडासारखी – पोरां खाऊन खाऊन माजली असा. आमच्यासारखे पोराबाळांचे कष्ट आसत तेका?" दुसरी एखादी किरकोळ बाई खोकत खोकत म्हणे, "पंचांका सांगूक व्हया – ही पीडा आमच्या गावात नुको, ठेवशात तर निर्वंश जातले एकेकाचे!" तिसरी सुचवायची, "मेल्या बाबल्या रावळ्याक तरी कसा निभावता? घरकरीण ही असली जखीण– दुसऱ्यासारख्यान् सोडून दिली असती असली माणूसखाय बाईल!" पहिली नवीनच मुद्दा काढे. तिला परस्पर उत्तर मिळे. "अगो, तो काय करतलो? तेका

काय समजणा नाय? पण सोडून दिल्यान् तर त्याच्यावरच नाय गो चेटूक करतली ती? अन् सोडून खंय दितलो! तेका घर ना माहेर. ती मेल्यावाचून बापड्याक दुसरा लगीन पण नाय करता येउचा, शिरा पडो मेलीच्या तोंडावर!''

मग कुजबूज आणखी वाढायची. बडबड-बडबड. कुणाला तिला ती दर अवसेला मध्यरात्री घरासमोरून जाताना दिसायची, तर कुणी तिला पिंपळावर बसलेले बघायचे. कुणी तिला गुलाल लावून लिंबे फेकताना, तर दुसरे कुणी तिला मुलांचे जावळ उपटताना जवळजवळ पकडलेलेच असायचे.

''स्वत:क पोर नाही म्हणून गोकुळा इतरांच्या पोरांवर करणी करते,'' हे सगळ्या गावाला पटले होते. गोकुळा बाहेर पडे, तेव्हा बोलणाऱ्यांची तोंडे गप्प होत; पण त्यांच्या रोखलेल्या नजराच विचित्रपणे बोलू लागत. होता होता गोकुळाने बाहेर पडणे सोडले. बारशाला, डोहाळजेवणाला तर कुणी तिला बोलावीतच नसे; पण लग्ना-मुंजीलादेखील एकटा रावळ चोरासारखा जाऊन यायचा. पहाटे उठून गोकुळा विहिरीवरचे काम आटपायची. देवळात जाणेही तिने बंद केले होते. फार कशाला, कुणी आले गेले तरी ती उंबरठ्यात येत नसे, घरातूनच बोले. तोंड लपवून वावरण्याची ही शिक्षा ती स्वत:ची स्वत:च घेत होती.

मला मात्र तिने हाक मारली की, अपूर्वाई वाटायची. तिने दिलेला खाऊ खाऊन मी अजून कधी आजारी पडलो नव्हतो आणि तिच्यासारखी बाई कुणाचे काही वाईट करील, यावर माझा विश्वासही नव्हता. जे काही गावात व्हायचे ते योगायोगानेच, त्यात गोकुळाचा बिचारीचा काय दोष? हे आत्ताच्यासारखे तेव्हा स्पष्ट समजत नसे खरे, पण आतून जाणवायचे म्हणा, किंवा गावातले लोक बोलतात, म्हणूनच म्हणा, मला काही त्या अफवेत तथ्य वाटत नसे. मी गोकुळाने बोलावले की, धावत जायचा तो जायचाच.

त्याही दिवशी मी तसाच गेलो. गोकुळाने माझ्या हातावर एक मोठ्ठा चेंडूसारखा चुरमुऱ्यांचा लाडू ठेवला आणि म्हणाली, ''खाऊन टाक.''

मी घाईघाईने खाऊ लागलो. ती माझ्याकडे पाहत शांत हसत उभी राहिली. तिचा शांत चेहरा मला फार आवडायचा. गोकुळा चांगलीच उंच होती, उंचीच्या मानाने थोडी कृश होती; पण चेहरा इतका देखणा होता, इतका सौम्य होता की, या चेहऱ्याची बाई कुणावर चेटूक करील – लहान मुलांचा बळी घेईल, हे अशक्यच वाटावे.

''तुका आउस आठावता रे तुजी?'' तिने अचानक विचारले.

मी नकारार्थी मान डोलावली. माझी आई इतक्या लहानपणी गेली होती की, मला आई नसल्याचे सुखदु:खच नव्हते. एवढे मात्र कधी तरी वाटायचे, की मला गोकुळासारखी आई असती तर तिने रोज चुरमुऱ्यांचा लाडू दिला असता.

मला पाणी द्यायला म्हणून गोकुळा वळली, तो तिच्या पाठीच्या चोळीखालच्या उघड्या भागावर एक लालसर वळ दिसला. मी तिला विचारले, "ह्यां गो काय गोकळ्या?"

ती दचकली. मग म्हणाली, "काय नाय रे, लागला असात कुठंशीक."

मी नीट पाहून म्हटले, "नाय गोकुळा. लागतंला खंय? चामड्याच्या वादीन् मारल्या वारी दिसता ह्यां." मी त्या वळावर बोट ठेवले. वेदनेने तिचे अंग थरथरले. "कोणी मारला? बाबल्यानी?"

मी अगदी मूर्खासारखा प्रश्न विचारला होता. वादीने मारल्याचा वळ उठला होता आणि घरात बाबल्याशिवाय दुसरे कुणी नव्हते, तेव्हा त्यानेच मारले असणार या सोप्या हिशेबाने मी तो प्रश्न विचारला होता. अगदी नि:संकोचपणे. पण आता वाटते की, तो प्रश्न विचारणे अगदी चुकीचे होते. त्याचे उत्तर देणे तर अतिशय अवघड!– पण तेव्हा मात्र मी अगदी सहजपणे विचारून गेलो होतो.

माझ्या या प्रश्नाने ती गोरीमोरी झाली. मला म्हणाली, "तुका कित्याक नसत्या पंचायती? तू खा आणि चलाक लाग बघूया."

मी गप्प झालो. मुकाट्याने लाडू संपवला, पाणी प्यालो आणि जाऊ लागलो.

तशी तीच आपणहून म्हणाली – "चल्लास–? उद्या ये हां."

आणि मग एकाएकी तिने मला जवळ ओढून घेतले. घट्ट धरून ठेवले आणि ती मुसमुसून रडायला लागली. म्हणाली, "मेल्या, तुजी आउस तुका न्हानपणी सोडान गेली. तिच्यापेक्षा माज्या ओटीत आले असतंस, तर कुणाची छाती होती, माका नाय नाय तां बोलूची? आन् जनावरावाणी मारूचीदेखील?"

मी हळूच स्वत:ला सोडवून घेतले.

मोठी माणसे रडताना पाहिली की, मला फार विचित्र वाटायचे.

तिच्याकडे एकदा वळून पाहिले आणि मी घराच्या दिशेने धूम ठोकली.

लांबवर वाजंत्र्यांची वाद्ये ऐकू येत होती. ताडताड झिन् झिन् –

आज मी त्यांच्याबरोबर वर्गणी गोळा करायला गेलो नव्हतो.

तो दिवसच मोठा विचित्र होता; कारण आणखी एक चमत्कारिक गोष्ट त्याच दुपारी माझ्या नजरेला पडायची होती.

आमच्या घराची वाट भंडाऱ्याच्या घराच्या पाठच्या बाजूने जात असे. भंडाऱ्याच्या पाठच्या बाजूला टीचभर खळा होता. शेजारी सगळी झुडपे. रस्त्यावरून कोणी गेले, तर खळ्यात चाहूल लागणे कठीण. आधी फार कुणी जातच नसे, कारण ती तशी आडवाटच होती. त्यातून वेळ भर दुपारची. कशाला कोण जाणार असल्या उन्हातून?

रावळाच्या घरातून मी जो बाहेर पडलो, तो पळत पळतच घरी निघालो. अनवाणी पायाला उन्हाचे चटके बसत होते, म्हणून पाय टेकले न टेकले असे धावत घर गाठायची घाई करीत होतो.

एवढ्यात, झुडपांमधल्या रिकाम्या जागेतून मला चार पायऱ्या सखलात असलेला, भंडाऱ्याचा खळा दिसला.

आणि तिथे जे दिसले त्याने मी गारच झालो.

भंडाऱ्याच्या खळ्यात एका दोरीच्या बाजेवर कामरूणे घातली होती आणि त्या कामरुणांवर भंडाऱ्याची शांत्या पडली होती. तिला लगटूनच बाबल्या रावळ रेलला होता आणि पुन:पुन्हा तिच्या अंगझटीला जात होता. ती लाडात येऊन नको नको म्हणत होती आणि अधिकाधिक जवळ जात होती. दोघेही खिदळत होती.

मी आजपर्यंत बाईबाप्याला असे करताना कधीच पाहिले नव्हते.

एकदम माझ्या शरीरावर शहारा उभा राहिला. कानशिले तापली. पाय लटलटायला लागले. मी आवंढा गिळला.

वाटले की, दिसते आहे, ते पाहू नये– आणि तरीही ते चोरून पाहताना काहीतरी वेगळीच गंमत येत होती.

वाजपी कुठेतरी जवळच्या घरात गेले असावेत. त्यांचे वाजविणे अधिकच जोराने ऐकू येऊ लागले होते.

तडतड तड-झन्-खण – खण!

समोर जे काही चालले होते, त्याला त्या वाद्यांनी एक विलक्षण ताल धरला होता.

तडतड – झन् – खण – खण!

आवाज चढत होता.

काय भानगड असावी ही? अशी का वागताहेत ही एवढी मोठी दोन माणसे?

या वेळी दुकानावर न बसता बाबल्या रावळ इकडे कुठे ?

भंडाऱ्याची माणसे कुठे गेली? का हे त्यांना माहीतच असेल?

छे – काहीतरीच काय? हे कसे माहीत असेल?

गावात हे कुणाला तरी माहीत असेल का? की फक्त मलाच –

पण हे असे – ही माणसे रोज रोज करीत असतील?

त्यांना लाज वाटत नसेल? मघा तर आपल्याला गोकुळाने जवळ घेतले तेव्हासुद्धा किती लाज वाटली –

गोकुळा! मघा केवढा तो वळ – या बाबल्या रावळाने तिला वादीने फोडून काढले होते!

आणि इकडे त्या भंडाऱ्याच्या शांत्याशी हे – शी!

पण हे जसे फक्त आपल्यालाच माहीत आहे, तसे ते माराचे – तेदेखील गावात दुसऱ्या कुणालाच माहीत नाही! गाव बाबल्याला देवमाणूस म्हणतो. गाव गोकुळाला हडळ-जखीण म्हणतो.

गाव बाबल्या रावळावर खूष आहे; कारण बाबल्या दरवर्षी होळीला चांगला वजनदार जिन्नस देतो. यंदा तर वाडवडिलांपासूनचा मजबूत पेटारा देणार आहे!

वाद्ये अधिकच जोराने ऐकू येतात. झन्-झन्-खण!

गावात सर्वांना मोठा आवाज कळतो. गुपचूप होणाऱ्या गोष्टी कळतच नाहीत की काय?

बाबल्या रावळाला कुणी गोकुळाबरोबर भांडताना ऐकलेले नाही. त्याच्या माराचे, तिच्या रडण्याचे आवाजही कुणी ऐकलेले नाहीत; का नाही ती बोंब ठोकत? का खाते गुपचूप मार?

पण सगळ्यांनाच कुठे मोठा आवाज करणे आवडते? काहीजण, काय वाटेल ते झाले तरी गुपचूप राहतात.

गावाला माहीत नसलेल्या दोन गोष्टी मला माहीत आहेत. मला एकट्याला! पण मी कुठे त्या बोलणार आहे?

कारण मला मोठा आवाज करता येत नाही.

ढम् ढम् ढम् ढम् –

ढोल घुमू लागतो.

आज होळी पेटणार.

मुद्दाम वाजंत्री मंडळींना बोलावले आहे.

ताशा वाजू लागतो – तड् तड् तड् तड् –

सनई – बिलकुल मंजूळ न वाजणारी आणि झांजा... त्या वाजवीत कुणी एकजण हात शेकवितो.

संध्याकाळपासूनच गावात गडबड माजून राहते.

लहान-थोर, सगळी मंडळी आपापली कामे लवकर आटोपून देवळाच्या दिशेने चालू लागतात.

देवळासमोरच्या चौकात दरवर्षी होळी पेटते.

चौकाच्या चारी बाजूंना माणसांची ही गर्दी –

होळी उंच पेटायला हवी – देवळाच्या कळसाहून उंच – साऱ्या गावात तिचा उजेड पडायला हवा

भटांचे मंत्र म्हणून झाले.

शास्त्रसंगीत पूजा झाली आणि होळी पेटली.

लहान-मोठ्यांनी टिपेचे आवाज लावून नारे द्यायला सुरुवात केली. ते वाद्यांच्या वर ऐकू जायला हवेत, अशा ईर्ष्येने.

आवाज करण्यात वाद्यांची स्पर्धा सुरू झाली.

ज्याला जे काय मिळेल ते तो आणून टाकू लागला. मोडके वासे, तुटकी बाकडी, खुंट, ढलपे –

प्रत्येकाची एकच इच्छा – होळी उंच पेटायला हवी! आवाज मोठ्ठा हवा!

मग काय होईल? मग गंमत येईल!

प्रत्येकजण गंमत करायला आतुर झाला होता.

घराघरांतून कबूल केलेल्या वस्तू येऊन पडत होत्या. सावंताकडून लंगडी घडवंची आली. म्हातोंडकराकडून वाळवी लागलेले फडताळ आले, वेंगुर्लेकरांकडून झाकण गेलेले डेस्क आले, कुणाकडून काय – कुणाकडून काय –

आणि बाबल्या रावळाकडून आला त्याचा तो गावभर गाजलेला प्रचंड पेटारा!

– तोदेखील कुलपासकट!

पेटारा भलताच जड! दोन माणसांना भारी होत होता. तरी एका बाजूने खुद्द बाबल्या रावळानेच धरला होता.

सगळ्यात किमती वस्तू रावळाची होती. गावात आज त्याचा मान होता. रावळही ते ओळखून ऐटीने चालत होता. आज त्याने ठेवणीतले कपडे घातले होते. डोक्याला नवीन जरतारी फेटा होता. आधीच देखणा असलेला रावळ आज नुसता नवरदेवासारखा सजला होता.

त्याला पाहून जमलेले लोक हळहळले. म्हणाले, "बिचारो! बायलेपायी फसलो. पण माणूस देवासारखो! हसान खेळान रवतो! कधी भांडान नाय, गाळी नाय! कसो दिवस काढीत असात त्या झुडताराबरोबर!"

आता आग चांगलीच पेटली होती. प्रत्येक वस्तू होळीत फेकली जाताना शंख होत होता. नवीन नवीन शिव्या – नवीन नवीन बोंबा – ऐकणाऱ्यांचे कान तृप्त होत होते. बाके गेली – फडताळे गेली – रावळाचा पेटाराही अग्नीत फेकला गेला – लोक खूष होते – देवाच्या नावाने गंमत करीत होते. हवा चांगलीच तापत होती. जवळ गेल्यास चटके बसतात. म्हणून पोरे लांबूनच हाताला येईल ते फेकत होती – होळी उंच चढत होती. देवळाच्या कळसापेक्षाही उंच –

मला राहावेना. सगळ्या गावाने गंमत बघायची आणि एकट्या गोकुळानेच काय म्हणून तोंड लपवून राहायचे? ते काही नाही. आपण तिला होळी बघायला घेऊन यायचेच. तिने नाही म्हटले तरी हट्ट करायचाच. आपला हट्ट ती पुरवीलच. मीच तिच्यापोटी यायला हवा होतो, असे तर तिने म्हटले; मग माझा एवढा हट्ट –

पळत पळत मी रावळांच्या घरी गेलो.

घरात अंधार होता.

"गोकुळा – गोकुळा गे ऽ" मी हाका मारल्या.

पण उत्तर आले नाही.

मी सबंध घरभर फिरलो. गोकुळा घरातच नव्हती.

घर राखायला शेजारची एक म्हातारी बसली होती. मी "गोकुळा कुठे?" विचारले, ती हात उडवून विचित्र हसली.

आणि एकदम माझ्या छातीत धस्स झाले. भलतेच काही मनात आले. अगदी भलतेच.

मी धावतच देवळात परतलो. बाबल्या रावळापाशी गेलो. "गोकळा खंय्?" त्याला विचारले.

तोदेखील चमत्कारिक हसला. हातातल्या दारूच्या बाटलीचे बूच दाताने तोडून त्याने एक कडकडीत घोट घेतला आणि बाटली दुसऱ्या एकाच्या पुढे केली.

दुसऱ्याकडून तिसऱ्याकडे – तिसऱ्याकडून चौथ्याकडे – अशी ती बाटली फिरत राहिली. पुन:पुन्हा बाबल्या रावळाकडे येत राहिली.

मी काकुळतीने त्या साऱ्यांना विचारले, "गोकळा खंय्? गोकळाचा काय झालां?" पण ते सगळे मला "चूप बस," "गोकळ्याचा नाव घेऊ नकोस" म्हणून ढकलीत राहिले – एकाकडून दुसऱ्याकडे – दुसऱ्याकडून तिसऱ्याकडे...

वाद्ये अधिकच जोरजोराने वाजत राहिली. डिमटँग झन् झन् डिटँग –

झिंगलेली मंडळी होळीच्या भोवती बेहोश नाचत होती...

देवळातला देव पाहत होता – सारा गाव साक्षीला उभा होता –

समोर साऱ्या उपयोगी-निरुपयोगी सामानाची चिता पेटली होती.

उंच पेटली होती...

त्या दिवसापासून मला मोठ्या आवाजाची भीती वाटते.

आणि मोठ्या पेटाऱ्यांचीसुद्धा.

पण विचार केला की वाटते, आवाज इतके भयंकर नसतात. केव्हा केव्हा गप्प राहणेच त्याहूनही अधिक भयंकर असते.

गोकुळा त्या दिवसानंतर कुणालाच कधी दिसली नाही; पण गाव गप्प राहिला.

बाबल्या रावळाच्या पेटाऱ्याचा विषय जेव्हा निघाला, तेव्हा तेव्हा गाव गप्प राहिला, एवढेच बोलून :

"गुन्हेगाराक् शासन ह्यां जाउंकच व्हया. नायतर देवाचो कोप नाय जातलो?"

पण कोण गुन्हेगार? कसले शासन?

♦

ट्रिंग-ट्रिंग-हॅलो-क्लिक...!

जयवंत ऑफिसला जाण्याच्या गडबडीत होता. एवढ्यात फोनची बेल वाजली.

असे काही झाले म्हणजे जयवंतला अतिशय राग यायचा. आता फोन घेत बसले की नेहमीची बस चुकणार. घेऊ नये तर रुखरुख लागणार की, कोणाचा फोन असेल? बरे; रोहिणीने फोन घेतला तरी निरोप संध्याकाळी घरी परतल्यावर मिळायचा. तो जर लगेच हवा असेल तर तिचे फोनवरचे संभाषण पुरे होईपर्यंत थांबायला हवे; आणि तिचे फोनवरचे संभाषण म्हणजे काय? नुसते ऐकणेच. 'हां' आणि 'हं' एवढ्या दोनच शब्दांचे ते बोलणे. दुसऱ्या माणसाला त्यातून काही पत्ता लागणार नाही. विचारले तर नुसतेच 'थांबा' अशा अर्थाचे हातवारे. "निदान फोन कोणाचा आहे ते तर सांगशील?" असे अगदी चिडून विचारावे, तरी हिची आपली शांतपणे 'जरा थांबा'ची खूण कायम. आता हिचे फोनवरचे संभाषण संपेपर्यंत आपण थांबायचे तर मुळात स्वत:च फोन घेतलेला काय वाईट?

म्हणून रागारागाने दाराबाहेर पाऊल ठेवावे, एवढ्यात "जरा थांबा हं." असा रोहिणीचा फोनवरच्या व्यक्तीला प्रेमळ आग्रह आणि जयवंतला हुकुमी स्वरात ताकीद – "अहो ऽ फोन आहे तुमचा." आणि ते "अहो ऽ" अशा पद्धतीने म्हटलेले की "पळताय कुठं? फोन घ्या आणि मग जा बाहेर!" हा इशारा त्यातून स्पष्ट व्हावा.

मग लगाम खेचलेल्या घोड्यासारखा जयवंत दारातल्या दारातच थबके. तिथून "मी गेलो – घरात नाही असं सांग" अशा अर्थाच्या खुणा करतोय तोवर रोहिणीने गोड आवाजात फोनवर सांगितलेले असायचे – "हॅलो, प्लीज होल्ड ऑन आलेच – हे!" मग, कपाळाला हात लावून, मागे परतून फोन घेण्यावाचून इलाज नसे.

यासाठी, ऑफिसमध्ये निघताना फोन आला की जयवंतचा संताप अनावर होई.

तसाच तो आताही झाला. चडफडत, तोंडातल्या तोंडात दोन अर्वाच्य शिव्या घोळवीत जयवंतने ब्रिफकेस टेबलावर आपटली आणि तो टेलिफोनला शब्दश: तोंड द्यायला निघाला. त्याला उशीर होतोय्, असे पाहून, घड्याळ्याचे काटे अधिकच वेगाने जीव घेऊन पळत सुटले. जयवंतची त्रेधा पाहून रोहिणी प्रेमळ गृहिणीप्रमाणे पुढे आली आणि म्हणाली, "तुम्हाला उशीर होत असेल तर मी घेते फोन."

"नको." ब्रह्मांड आठवून जयवंत ओरडला, "तू नको." त्याने फोन उचलला आणि म्हटले, "हॅलो – मी जयवंत सबनीस बोलतोय. आपण कोण?"

अचानक फोन खाली ठेवण्याचा आवाज, "क्लिक्."

"चला... लवकर सुटका झाली –" असा विचार करीत जयवंतने फोन खाली आदळला आणि धाडधाड जिना उतरत तो रस्त्यावर आला.

आपली नेहमीची बस नाक्यावर वळून निघून गेलेली त्याला दिसली; पण त्याच क्षणी बस चुकण्याशी सर्वस्वी विसंगत असा एक विचार त्याच्या डोक्यात आला.

आत्ताच येऊन गेलेल्या फोनविषयी.

आपण "हॅलो" म्हणताच पलीकडच्या माणसाने फोन खाली ठेवला.

कां?

त्याला आपल्याशी बोलायचे नव्हते का? मग कुणाशी? घरात आपल्याशिवाय फक्त रोहिणीच आहे. त्या माणसानं "फोन रोहिणीला द्या," म्हटले असते तर आपण दिला असता. मग त्याने तसे स्पष्ट का सांगितले नाही?

बसस्टॉपशी येईपर्यंत जयवंतला विचार पुरले. सुदैवाने बस लवकर मिळाली. जागाही खिडकीशी मिळाली आणि चक्क डुलकी काढण्याची सोय झाली.

पण कसली डुलकी न् कसले काय? बसमधून बाहेर पाहताच डोळ्यांसमोर रस्ता दिसण्याऐवजी टेलिफोन दिसू लागला.

मघाच्या विचाराचा भुंगा पुन्हा गुणगुणू लागला.

फोन करणाऱ्याने रोहिणीला फोन द्यायला सांगितला नाही; कारण आपल्या उपस्थितीत त्याला रोहिणीशी नीट संभाषण करता आले नसते. आपण घरात आहोत असे कळताच त्या माणसाने फोन खाली ठेवला. चूपचाप स्वत:चे नावही न सांगता.

ऑफिसमध्ये पोहोचेपर्यंत त्या भुंग्याची भुणभूण कानाशी एकसारखी चालूच होती.

ऑफिसमधील कामात जयवंत काही वेळ टेलिफोनचा विषय विसरून गेला; पण दुपारी चार वाजता जेव्हा काम थोडेफार हलके झाले, तेव्हा तोच एक विचार पुन:पुन्हा रुंजी घालू लागला.

एवढे काय बोलायचे असावे त्या दोघांना की जे आपल्यासमोर बोलता येणार नाही? आपण घरात नसू याच कल्पनेने तो फोन केला होता खास.

थोडासा उशीर झाल्यामुळेच आपण तो घेऊ शकलो, नाही तर आपल्याला या प्रकाराची कधीच कल्पना आली नसती.

एकदम त्याला आठवले, पहिल्याने रोहिणीच नव्हती का फोन घ्यायला घाईघाईने पुढे झाली? आपण फोन उचलल्यामुळे तिचा नाइलाज झाला. फोन खाली ठेवल्यावरही ती कशी खट्टू होऊन आपल्याकडे पाहत होती!

विचार करता करता जयवंत अधिकच घाबराघुबरा झाला. कोण आहे हा माणूस, आपल्या गैरहजेरीत रोहिणीला फोन करणारा? ज्याचा फोन घ्यायला ती घाईघाईने पुढे होते असा?

बायकांचे मन कळत नाही म्हणतात, ते खरेच.

अजून लग्नाला सहा महिने झाले नाहीत, तोवर हे प्रकार?

त्यांचे लग्न घरच्या पसंतीने ठरले होते. प्रेमविवाह नव्हता; पण पाहताक्षणीच त्याला रोहिणी आवडली होती. कशी शालीन, सौम्य, मर्यादशील वाटत होती. पाहण्याच्या कार्यक्रमात एकदाही तिने मान वर उचलून डोळ्याला डोळा दिला नव्हता. नुकतीच ग्रॅज्युएट झालेली होती; पण आजकालच्या कॉलेज-विद्यार्थिनीत दिसणार नाही, असा लाजरेपणा तिच्या एकंदर आविर्भावात होता.

लग्न ठरल्यानंतर त्याचे तिच्याविषयीचे चांगले मत कायम झाले.

लग्नानंतर त्याच्या आईवडिलांनीदेखील तिच्या शालीनतेचे कौतुक केले होते. "मंद, खालच्या पट्टीत, गोड बोलणारी, कधी उलट उत्तर न देणारी अशी हिच्यासारखी मुलगी आजकाल मिळणे कठीण!" असे ते म्हणत.

आणि त्याच रोहिणीने आपल्या अपरोक्ष –

छे, काय भलतेच विचार येताहेत आपल्या डोक्यात! आणि तेसुद्धा केवळ एक फोन काही न बोलता खाली ठेवला गेला म्हणून!

वेडेपणा आहे हा – शुद्ध वेडेपणा आहे!

दिवसभर झाला तेवढा मनस्ताप पुरे झाला! आता ते विसरून जायचे. मजेत राहायचे. रोहिणीकडे फोनविषयी काही बोलायचेच नाही! बस् – मामला खतम!

संध्याकाळी घरी येताना जयवंत मजेत गाणे गुणगुणत आला. दार उघडताना रोहिणी गोडसे हसली. त्याने रात्रीच्या 'शो'ची दोन तिकिटे खिशातून काढून दाखविली. ती घेता घेता त्याच्या हातावर आपली बोटे तशीच राहू देत ती म्हणाली, "पुन्हा आणलीत रात्रीच्या शोची तिकिटं? परवा काय ठरलं होतं? रात्रीच्या शोला गेलं की झोपायला खूप उशीर होतो!"

"नाही तरी आपण कुठे लवकर झोपतो? रोज तर जागरण होतं." तो चावटपणे हसत म्हणाला.

त्यासरशी तिने लाजून एक मुरका मारला. त्याने खुळावून दोन्ही हात

पाठीमागून तिच्या अंगावर टाकले आणि...

फोनबिन सगळे विचार डोक्यातून पार निघून गेले.

त्यानेही तो विषय काढला नाही. तिनेही नाही.

पण तिने काढला नाही, हेच त्याला लागून राहिले आणि न विचारायचा तो प्रश्न दुसऱ्या दिवशी चहा पिताना नेमका ओठांवर आला,

"काय गं, काल मी गेल्यानंतर पुन्हा आला होता तो फोन?"

"नाही बाई. कुठला?"

"कुठला ते कळण्याआधीच 'नाही' कसं म्हटलंस?"

"कालच्या दिवसात मी फोनच घेतला नाही, म्हणून!" रोहिणी म्हणाली.

त्या दिवशी ऑफिसला जाताना जयवंत मुद्दामच थोडा रेंगाळला. कदाचित कालच्यासारखाच फोन आजही येईल या अपेक्षेने. रोहिणीच्या ते लक्षात आले की काय कोण जाणे! पण ती निदान बोलली तरी नाही. फोनही आला नाही. नेहमीची बस मात्र चुकली.

एक-दोन दिवसांत फोनचे विचार जयवंतच्या डोक्यातून पारच गेले; पण एक सबंध दिवस आपण त्या निमित्ताने भलभलते विचार केले होते, एवढे मात्र त्याच्या लक्षात राहिले.

आणि एके दिवशी अचानक...!

कुणीतरी मेल्याचे निमित्त करून ऑफिस लवकर बंद झाले. जो तो अगदी कर्तव्यबुद्धीने जमेल तेवढ्या लवकर घरी गेला. जयवंत, फार नाही तरी, नेहमीपेक्षा लवकर घरी आला.

रोहिणीने आदर्श गृहिणीप्रमाणे, तो लवकर घरी आल्याविषयी आनंद व्यक्त केला आणि ती कांदेपोहे-चहाच्या तयारीला लागली.

जयवंतने एक सिगरेट शिलगावली. आरामात कोचावर तंगड्या पसरल्या आणि तो ऑफिसमधून आणलेला 'टाइम्स'चा अंक चाळू लागला. एवढ्यात, 'ट्रिंग टर्र् ट्रिंग ट्रिंग –'

– फोन घेणे म्हणजे माणसाने आरामाला काडी लावण्यासारखेच आहे, असे सुभाषित स्वत:शी तयार करीत जयवंतने हात लांब सरकवला आणि आणखी एकदा 'ट्रिंग...' होण्याच्या आत फोन उचलला.

"हॅलो –"

"हॅलो –" दुसऱ्या बाजूने पुरुषी शब्द आला.

"हॅलो – मी जयवंत सबनीस."

क्लिक्. दुसऱ्या बाजूने फोन खाली ठेवलेला.

जयवंत जागच्या जागी तीन ताड उडाला. हातात धरून ठेवलेल्या रिसिव्हरकडे खुळ्यासारखा पाहत राहिला. मग भानावर आल्याप्रमाणे त्याने तो खाली ठेवून दिला.

तोच – नक्की तोच आवाज! मग नुसता 'हॅलो' म्हणेना का? आवाज समजल्याशिवाय थोडाच राहतो?

ते काही नाही. या प्रकरणाचा छडा लावलाच पाहिजे. वाटलंय् काय? हे असले चाळे चालू देऊन गप्प बसणारे जे कुणी पुरुष असतील ते असोत; मी त्यांच्यापैकी नाही. मुळीच गय करणार नाही बायकोची!

"रोहिणी ऽ" त्याने जोराने हाक मारली – "रोहिणी ऽ ऽ"

"काय झालं?" कांदेपोह्यांची बशी घेऊन आलेल्या रोहिणीने विचारले.

"हा माणूस कोण आहे? रोहिणी, खरंखुरं सांग."

सिनेमातल्या नायिकेप्रमाणे आता तिच्या हातून कांदेपोह्यांची बशी खळकन पडणार आणि तिचे सारे बिंग त्या बशीबरोबरच फुटणार, अशी जयवंतची अपेक्षा होती; पण तसे काही झाले नाही. तिने बशी सावकाश टेबलावर ठेवली आणि पदराला हात पुशीत निष्काळजीपणे विचारले, "कुठला माणूस?"

"हा – हा – तुला नेहमी फोन करतो तो... मी नसताना."

"मला नाही कुणी फोन करीत. का? असं का वाटलं तुम्हाला?"

"आत्ता फोन आला होता त्याचा. मी घरात आहे असं समजल्यावर फोन बंद केला."

"रॉंग नंबर असेल." तिने निष्पापपणे सांगितले.

तिच्या निष्पाप सबबीवर जयवंत अधिकच संतापला. रॉंग नंबर? खरेच असेलही रॉंग नंबर. ज्या ठिकाणी त्या गृहस्थाला फोन करायचा असेल, तिथे कदाचित पुरुष माणूस नसेलच. म्हणून आपला आवाज ऐकताच... पण मग हे आपल्याला आधीच का सुचले नाही? नक्कीच ही आधी तयार करून ठेवलेली सबब आहे.

"रॉंग नंबर कसा असेल? याआधीही एकदा असाच फोन आला होता."

"हो? काय की बाई!" तिच्या निष्पापपणाला बिलकुल तडा गेला नाही. "पण तुम्ही आधी पोहे खा बरं. थंड होऊन जातील!"

काय बाई आहे! माझा जीव इकडे पेटलाय् आणि हिला, पोहे थंड होतील, याची काळजी? पण या उसन्या निष्पापपणाला फसण्यात मतलब नाही! केसाने गळा कापतील या बायका!

"खरं सांग – मी नसताना कुणी तुला फोन करतं की नाही? कुणी इथं येतं की नाही?"

आता मात्र रोहिणीला थोडी काळजी वाटू लागली. यांच्या डोक्यात आलंय तरी तरी काय?

"हे बघा, इथं शंभर जण येतात नि शंभर जण फोन करतात; पण ते सगळे तुमच्या माहितीचे आहेत. आमचं नातंच केवढं मोठं आहे; पण त्यात तुम्ही म्हणता तसं कुणी नाही, मुद्दाम तुम्ही नसताना येईल किंवा फोन करील असं; आणि असलं तर मला माहीत नाही!'

तिच्या सात्त्विक संतापाने त्याचा आवेश नाही म्हटले तरी थोडा ओसरला; पण त्याचा घुस्सा मात्र कमी झाला नाही. तिच्याशी एकही अक्षर न बोलता त्याने मुकाट्याने कांदेपोहे खाल्ले, चहा घेतला. त्या सबंध संध्याकाळभर कुणीच कुणाशी बोलले नाही.

पण जयवंतची बेचैनी वाढतच चालली. आपली बायको लग्नानंतर सहा महिन्यांच्या आत आपल्याला फसवते आणि आपण काहीही न करता नुसते कांदेपोहे खात बसतो, ही कल्पनाच त्याला असह्य होऊ लागली.

काय करता येईल? तिचा खोटेपणा कसा सिद्ध करता येईल?

जयवंतच्या अंगात आता झुंझारराव संचारला. तो प्रत्येक गोष्ट संशयी नजरेने पारखू लागला आणि काय चमत्कार! 'झुंझारराव' नाटकातच शोभेल असा एक प्रकार चक्क त्याच्या घरात झाला.

त्या दिवशी त्याला कोचाखाली एक जेण्टस् हातरुमाल सापडला. गडद निळा. रेशमासारख्या गुळगुळीत कापडाचा वापरलेला पुरुषी हातरुमाल. कुठेही आद्याक्षरे नसलेला.

हातरुमाल त्याचा नव्हता हे निश्चित. तो असले फॅन्सी हातरुमाल वापरत नसे. त्याचे रुमाल असायचे पांढरेशुभ्र! काठाला एकच रंगीत रेघ! सगळे आलटून पालटून लाँड्रीत जात. तेव्हा प्रत्येकावर त्याच्या नावाची आद्याक्षरे होतीच!

त्याने तो हातरुमाल महत्त्वाचा पुरावा म्हणून सांभाळून उचलला. शक्य असते तर त्यावर हाताचे ठसे उमटू नयेत, याचीही काळजी त्याने घेतली असती.

मनात संतापाचा, फसवणुकीचा, निराशेचा आगडोंब उसळला होता; पण आयुष्यात अशाच वेळी खरोखर संयमाची आवश्यकता असते, हे जाणून त्याने रोहिणीला शांतपणे हाक मारली.

रोहिणी बेडरूममध्ये बिछान्यावर पडून कसले तरी स्त्रियांचे मासिक चाळीत होती. जयवंताची हाक तिने ऐकलीच नाही.

मग जयवंतनेही हाक मारण्यासाठी आवाज चढविला नाही. त्याने स्वत:च बेडरूममध्ये जाण्याचे ठरवले.

सर्वस्व लुटले गेलेला थोर माणूस जसा धीरोदात्तपणे आणि कारुण्यमिश्रित उदात्ततेने पावले टाकील असा एक सार्वत्रिक समज असतो, तशाच गंभीर

वजनाने चालत जयवंत बेडरूमकडे गेला. रुमाल अर्थात त्याने खिशात टाकला होता.

क्षणभर तो दारातच घुटमळला. बेडवर पडलेल्या रोहिणीकडे त्याने झुंझाररावच्या शेवटच्या प्रवेशातल्या झुंझाररावाप्रमाणे पाहिले. तिच्या अस्ताव्यस्त वस्त्रांकडे पाहता पाहता त्याच्या मनात आले, "अहाहा, काय हे सौंदर्य! पण किती विषारी!"

आणखीही खूप चांगले करुणोदात्त संवाद त्याच्या मनात येत होते; पण एवढ्यात रोहिणीला त्याची चाहूल लागली.

"काय हवंय?" तिने उठून बसत विचारले. मग त्याच्या अवताराकडे पाहून ती पुढे म्हणाली, "बरं नाही का वाटत? ॲनासिन देऊ?"

तिच्या क्षुद्र सूचनेकडे करुणोदात्तपणेच दुर्लक्ष करून जयवंतने तिला विचारले, "रोहिणी, आज दुपारी कोण आलं होतं?"

रोहिणी एकदम दचकली.

सापडली, मुद्देमालासकट सापडली!

चमकूनच तिने विचारले, "असा एकाएकी कसा बसला तुमचा आवाज? मघा तर बरा होता!"

काय हे? बिचारीला प्रसंगाचे गांभीर्य कळते तर तिच्या लक्षात येते की, अशा प्रसंगी आवाज खर्जातच लावायचा असतो!

"माझ्या प्रश्नाचे उत्तर दे." पट्टी तीच, पण व्हॉल्यूम थोडा वाढवून जयवंत म्हणाला, "आज दुपारी कोण आलं होतं?"

"कुण्णीसुद्धा नाही. मला असा कंटाळा आला! मीच गेले मग शेजारच्या अमलाडी बाईंकडे."

"नीट आठवून सांग, पुरुषमाणूस कोण आलं होतं?"

"पुरुषमाणूस कुणीच नाही. दुपारी तुम्ही फोन केलात ऑफिसातून तेव्हाचं म्हणत असाल. तो घेतला आपल्या द्वारकीनं. मेलीचा आवाज पुरुषमाणसापेक्षा घोगरा आहे आणि रोज उशीर करते धुणीभांडी, केरकचरा काढायला!"

"तिच्याविषयी नाही विचारीत मी." व्यथित आवाजात जयवंतने म्हटले, "पुरुषमाणूस –"

"कुणीसुद्धा नाही." मनमोहक विभ्रम करीत रोहिणी लाडिकपणे उद्‍गारली. परमेश्वरा, का निर्माण केलीस ही सोनेरी कट्यार?

"मग हा रुमाल –" नाट्यपूर्ण रीतीने रुमाल खिशातून बाहेर खेचत जयवंतने चढ्या आवाजात विचारले. "हा रुमाल आपल्या घरात कसा आला? द्वारकी असले रुमाल वापरते असं तर नाही तू सांगणार?"

"मला नाही माहीत. मी तर पाहिलंसुद्धा नाही तो घरात कसा आला, लाँड्रीत बदलून आला असेल तर देऊन टाका परत!"

प्रसंगाचे गांभीर्य न ओळखणाऱ्या रोहिणीच्या असल्या पोरकट उद्‌गारांनी जयवंतला झुंझाररावाचे 'बेअरिंग' टिकविणे उत्तरोत्तर कठीण जाऊ लागले. शेवटी त्याने आपल्या मूळच्या पद्धतीने पुष्कळ आकांडतांडव केले. तरीही रोहिणी शेवटपर्यंत त्या रुमालाविषयी किंवा त्याच्या मालकाविषयी काहीच कबूल करीना. तिचा आपला एकच धोशा – "मला माहीत नाही! मला माहीत नाही!" शेवटी संतापाच्या भरात जयवंत तिला नाही नाही ते बोलला, ती ओक्साबोक्शी रडू लागली आणि तो तिला तसेच रडत ठेवून, डोके थंड करण्यासाठी घराबाहेर पडला.

अशा वेळेस माणसे काय करीत असतील?

खून? पत्नीचा किंवा तिच्या जाराचा? – नाही? मग निदान आत्महत्या? छे, आपल्यासारख्या सुसंस्कृत माणसाला असे वागणे बिलकूल शोभणार नाही.

मग काय करावे? कुणीतरी अचूक सल्ला द्यायला हवा. स्त्रियांच्या मासिकाला पत्र पाठवून 'वहिनींचा सल्ला' मागवावा का? "मी एक सुमारे सत्तावीस वर्षांचा तरुण असून बायकोच्या बदफैलीपणामुळे गांजलो आहे..." छे! बावळटपणा होईल तो! एखाद्या मित्राकडे बोलावे का? त्याने सल्ला दिला नाही तरी कमीत कमी कुणाकडे बोलून टाकल्याचे समाधान –

पण नको, आपले सगळे मित्र म्हणजे असली चिजा आहेत! एकाच्याही तोंडात तीळ भिजत नाही. बायकांना हसतात, पण चहाड्या करण्यात त्यांच्या वरताण! एकाला सांगितले की, दिवस संपायच्या आत, ते सर्वांना कळलंच म्हणून समजा! दुसऱ्या दिवसापासून सगळे आपली कीव करायला लागतील, 'बदफैली बायकोचा नवरा' म्हणून! आपली नामुष्की आपल्याच तोंडाने जाहीर केल्यासारखे होईल ते! कुणी सहानुभूती तर दाखवणार नाहीच. उलट फिदीफिदी हसतील मात्र! "लेको, तुझ्यातच पाणी नाही," म्हणून टिंगल करतील! नको रे बाबा, या असल्या गोष्टी जवळच्या माणसाला सांगाव्यात, असे कितीही वाटले तरी खरोखर त्या जवळचे माणूस सोडून दुसऱ्या कुणालाही सांगाव्यात!

असा विचार मनात यायला आणि समोरून सुभाष कदम येताना दिसायला एकच गाठ पडली!

सुभाष आणि जयवंत शाळेत एकाच वर्गामध्ये होते; पण एसेसीला एक-दोन वेळा गचकून नंतर पास झाल्यावर पुढे त्याने आर्ट कोर्स घेतला आणि दोघांचे मार्ग वेगवेगळे झाले. सुभाष जयवंतच्या समोरच्या बिल्डिंगमध्ये राहायचा. अगदी समोरच्याच बिऱ्हाडात. त्यामुळे एकमेकांशी हसणे, कसे काय? इतपत चालायचे. पण फारशी घसट राहिली नव्हती. सुभाष आता कमर्शियल आर्टिस्ट

म्हणून काम करायचा आणि अभ्यासात जरी त्याची विशेष गती नव्हती, तरी तो व्यवहारात चांगलाच यशस्वी झालेला दिसत होता. पाहताक्षणीच जयवंतच्या मनात आले की, आपल्या प्रॉब्लेमवर उपाय शोधून काढील, तर हाच!

त्याने सुभाषला आग्रहाने समोरच्या 'आइस्क्रीम हाऊस'मध्ये नेऊन दोन प्लेट आइस्क्रीम खाऊ घातले. त्याच्या वरवरच्या उत्साहाला सुभाष फसला नाही, यावरूनच त्याचे व्यवहारचातुर्य लक्षात यावे! सुभाषने सरळ विचारले, "एवढा कसला प्रॉब्लेम पडलाय् तुला?"

"तू कसं ओळखलंस?" पकडले गेल्याप्रमाणे जयवंतने दचकून विचारले.

"हे आज कधी नव्हे ते मला आइस्क्रीम खाऊ घातलंस, त्यावरून! गंमत केली रे, नर्व्हस नको होऊस." जयवंतच्या पडलेल्या चेहऱ्याकडे पाहून तो म्हणाला, "बोल, व्हॉटस् द प्रॉब्लेम?"

मग जयवंतने धडाधड धडाधड सारे काही सांगून टाकले. एकदा फोन – पुन्हा फोन – आपल्या मनातले संशय – रुमाल – सारे काही. शेवटी दु:खातिशयाने नाक शिंकरीत तो म्हणाला, "असा प्रसंग वैऱ्यावरदेखील येऊ नये बाबा."

"प्रसंग येणारच – त्याला घाबरून कसं चालेल?" त्याला धीर देत सुभाष म्हणाला; "पण मला आपलं वाटतं म्हणजे ते तुला पटायचं नाही; पण मला वाटतं की वैनी त्यातल्या नसाव्यात."

खरे म्हणजे सुभाषची आणि रोहिणीची तशी ओळखच नव्हती म्हटली तरी चालेल. तो तिला नेहमी पाहत असे एवढेच; पण गेल्या सहा महिन्यांत तो एखाद-दोन वेळा जयवंतकडे गेला होता आणि बाहेरच्या बाहेरच परतला होता; पण काही माणसांचा आपला सगळ्या जगावर विश्वास असतो! त्याचे रोहिणीबद्दलचे मत ऐकून जयवंतला मात्र काडीचा आधार मिळाल्यासारखे वाटले.

"मलाही तसंच वाटतं रे; पण बायकांचा काही नेम देता येत नाही." तो म्हणाला.

"छोड दो यार! अरे, एखादा पुरुषमाणूसच मिस्चिफ करीत असेल. तू वहिनींना नीट विचारलंस?"

"हो, ती फक्त 'मला काही माहीत नाही.' एवढंच म्हणत राहते."

बरेच तर्कवितर्क झाले, बऱ्याच चर्चा झाल्या. अखेरीस 'हो-ना' करता करता असे ठरले की, सुभाषने रोहिणीचा विश्वास संपादन करून तिच्या मनातले हलकेच काढून घ्यावे. अशा वेळेस बायकांना खुद्द नवऱ्यापेक्षा एखाद्या माहेरच्या माणसाचाच अधिक भरवसा वाटतो आणि रोहिणीचे आजोळ जमखंडीला आहे, म्हणताक्षणी सुभाषने जमखंडीला एका नातेवाइकाची प्रतिष्ठापना केलीसुद्धा!

जरा निश्चिंत मनाने जयवंत दुसऱ्या दिवशी ऑफिसला गेला. अलीकडे त्याला ऑफिसला जाणे म्हणजे बायकोच्या पापात भर घालण्यासारखे वाटू

लागले होते. पण आज मनाला थोडे कमी अपराधी वाटले. सुभाष खाल्ल्या आइस्क्रीमला जागल्याशिवाय राहणार नाही असे वाटले. आपण पत्नीच्या उद्योगावर पाळत ठेवण्यासाठी डिटेक्टिव्हज नेमणारे अमेरिकन सिनेमातील उद्योगपती आहोत, असे त्याला वाटू लागले.

पण एक-दोन दिवसांत सुभाषची काहीच हालचाल दिसली नाही. जयवंतला काळजी वाटू लागली. इतकी की, दुपारपर्यंत केवळ काळजीने त्याचे डोके दुखू लागले. तब्येत बरी नसल्याचे ऑफिसमध्ये सांगून तो दुपारी लवकर घरी परतला. रोहिणीने आपल्या हातांनी त्याच्या डोक्याला बाम चोळला, तेव्हा त्याला अशा साध्वीचा आपण उगाच संशय घेतो असे वाटू लागले. तिने करून दिलेला मसाल्याचा चहा पिऊन, डोक्याखाली दोन उशा घेऊन तो आडवा होतो न होतो तोच फोन खणाणला. ''बघ गं कुणाचा आहे?'' असे तो गाफिलपणे रोहिणीला म्हणणार, एवढ्यात त्याने स्वत:ला थांबविले आणि उठून फोन घेतला.

या वेळेस फोन करणाऱ्याने नंबर विचारला; पण तरीही ''मी जयवंत सबनीस बोलतोय्'' म्हणताच, गुपचूप खाली ठेवला!

म्हणजे राँग नंबर असेल असा संशयाचा फायदा देण्यातही काही अर्थ नव्हता.

तो सुभाष करतोय काय? माझ्या घरादाराला पुरती आग लागली की मग तो एकूण प्रकाराचा छडा लावणार का? – संतापाने जयवंताच्या अंगाची लाही लाही झाली. या खेपेस त्याने रोहिणीला अक्षराने विचारले नाही. काय उपयोग? ती खरे थोडीच बोलणार होती? विचार करून करून डोके अधिकच भडकले.

डोकेदुखीच्या निमित्तावर तो रात्री जेवलादेखील नाही. असल्या बदचालीच्या बाईच्या हातचे पाणीदेखील नको, असे म्हणून केवळ भांडेभर पाणी पिऊन झोपला; पण झोप लागेना. मग तो तसाच उठला आणि पँट-शर्ट चढवून सुभाषकडे गेला.

दार उघडले सुभाषच्या बहिणीने.

बाप रे! हीच का ती लहानपणी कपाळावर केसांच्या झिपऱ्या घेऊन फिरणारी मुलगी? आताही तशाच झिपऱ्या कपाळावर आहेत; पण त्यात किती फरक?

सुभाष जेवायला बसला होता. त्याचे जेवण होईपर्यंत लिताच जयवंताशी गप्पा मारीत बसली. लिताचे मूळचे नाव ललिता; पण आता तिने त्याचा मॉड् फॉर्म केला होता : लिता. सगळ्याच गोष्टींत लिता भलती 'मॉड्' होती. नुकतीच ती आर्ट स्कूलला जाऊ लागली होती आणि तिचे बोलणे, चालणे, वागणे या सगळ्यांतूनच 'मॉड् आर्ट' नुसती खळखळत होती. पंधरा मिनिटांत

तिने जयवंतला आपली चित्रे दाखविली, दोन रेकॉर्डस् लावून दाखविल्या, ॲक्वेरियममधल्या माशांनी अंडी घातल्याची बातमी सांगितली, चालू फिल्मी लफडी ऐकविली, आपण पुढे कंबोडियाला जाणार असल्याची घोषणा केली, काय नि काय... नव्यानेच भरू पाहणाऱ्या आणि जागोजागी लवणाऱ्या तिच्या 'नाइटी'धारी शरीराकडे टक लावून पाहतापाहता जयवंतला त्यातल्या अर्ध्याअधिक गोष्टी मुळी समजल्याच नाहीत. तिचा उत्साह पाहून त्याला स्वत:ला मध्यमवयीन होत चालल्याची जाणीव झाली. तिच्या म्हणण्याप्रमाणे मात्र तो भलताच 'क्यू' दिसत होता.

सुभाष जेवून येताच (तो फार घाईघाईने जेवल्याचा जयवंतला संशय आला.) लिताचा निरोप घेऊन दोघे बाहेर पडले. नेहमीच्या आइस्क्रीम हाऊसमध्ये बसून एकाने भरल्या पोटावर आणि दुसऱ्याने रिकाम्या पोटावर आइस्क्रीम चापायला सुरुवात केली. शेवटी जयवंतने डिटेक्टिव्ह महाशयांना प्रगती विचारली.

"प्रगती ना, पुष्कळच आहे –" सुभाष आइस्क्रीमचे लपके उठवीत सांगू लागला. "अरे, मी त्यांच्या माहेरचा म्हटल्यावर वहिनींनी एकदम विश्वास टाकला माझ्यावर. मी जरा इकडची-तिकडची चौकशी केली तर रडायलाच लागल्या एकदम. मला इतकं ऑक्वर्ड झालं..."

"म्हणजे? सगळं कबूल केलं म्हणतोस?"

"हो ना – म्हणाल्या दुर्दैव माझं. माझ्यावर भलताच आळ घेतला जातोय. नवऱ्याच्या मानेवर संशयाचं भूत बसलंय्. त्यामुळे खविसासारखा वागतो, असं म्हणाल्या."

"असं?" जयवंतला ठसका लागला. "खवीस म्हणाली मला?"

"म्हणजे भावनेच्या भरात बोलल्या रे – एवढं काय मनाला लावून घेतोस? आणि खवीसचा एक्झॅक्ट अर्थ अगदी फार वाईट नाहीये."

"ते जाऊ दे; पण तो माणूस कोण म्हणाली? कॉलेजमधला कोणी की लहानपणाच्या ओळखीचा? मला कॉलेजचा संशय येतो..."

"हा कॉलेजातला नाही."

"म्हणजे? असा माणूस खरोखर आहे तर?" जयवंतच्या चमच्यातले आइस्क्रीम टेबलावर सांडले.

"एक नाही. तिघे-चौघे आहेत."

"का ऽ य्?" जयवंतची वाचा बसायची वेळ आली. 'स्त्रियश्चरित्रम्' वगैरे काही असले तरी या शालीन मुलीकडून ही इतकी भयंकर अपेक्षा नव्हती.

"नीट ऐकून घे. वहिनींनाही खात्रीपूर्वक माहिती नाही. अजून नुसता संशयच आहे. त्यांचं म्हणणं त्यांच्या माहेरच्या गल्लीतल्या तिघा-चौघा मुलांची

ही मिस्‌चिफ आहे. ही मुलं लहानपणापासून त्यांना ओळखतात. त्यांचा डोळाच होता म्हणे वहिनींवर. त्यांच्यातल्या कुणालाही दाद न देता वहिनींनी जेव्हा तुझ्यासारख्या हँडसम, रुबाबदार ऑफिसरशी लग्न केलं, तेव्हा अर्थातच त्यांचा मत्सर जागा झाला. कशी सुखी होते ते बघतो आम्ही, अशा पवित्र्यात आहेत ते. पक्के मवाली आहेत एकेकजण. त्यांना कुठली आलीय सभ्यता? काय वाट्टेल ते करायला मागंपुढं पाहणार नाहीत.''

"अरे बापरे!'' जयवंत भेदरून म्हणाला, "मग आपण पोलिसांत कळवू या का?''

"नको. असली लफडी पोलिसांत गेली की, आपल्यासारख्या सज्जन माणसाचीच अब्रू जाते. या मवाल्यांना काय? ते हात वर करून मोकळे होतील! पुरावा आहे का काही आपल्याजवळ?''

"तेही खरंच. मग आता काय करायचं?''

"आणखी एक प्लेट आइस्क्रीम मागव.''

जयवंतने मागवले. भरलेल्या पोटावर आइस्क्रीमची आणखी एक प्लेट सुभाषला मुळीच जड नव्हती; पण जयवंतला मात्र रिकाम्या पोटी आणखी आइस्क्रीम जाईना. आइस्क्रीमशिवायच तो थंडगार झाला होता.

"तू काही काळजी करू नकोस.'' तिसऱ्या प्लेटला जागून सुभाष म्हणाला, "मी बघतो काय जमतं ते. वहिनींनी पत्ता दिलाय्‌ मला त्यातल्या एक-दोघांचा.''

यानंतर जयवंतने चार दिवस वाट पाहिली.

सुभाषचा रिपोर्ट कळला नाही; पण 'तो' फोनदेखील या चार दिवसांत आला नव्हता. तेव्हा जयवंतला थोडे हायसे वाटू लागले होते.

पण चौथ्या दिवशी एक भयंकर घटना घडली.

जयवंत संध्याकाळी घरी आला, तेव्हा ॲश-ट्रेमध्ये चक्क राख दिसली!

आता ॲश-ट्रेमध्ये राख नाही तर दुसरे काय दिसणार? परंतु हा प्रश्न एवढा साधा नव्हता; कारण सकाळी आपण ॲश-ट्रे साफ करून गेल्याचे जयवंतला चांगले आठवत होते आणि संध्याकाळी पाहावे तो ॲश-ट्रेमध्ये चांगली बचकभर राख! आणि तीदेखील त्याच्या स्वत:च्या ब्रँडची नव्हेच!

दुपारी आपल्या गैरहजेरीत रोहिणीकडे कुणीतरी पुरुष येऊन गेल्याचा आणखी काय पुरावा हवा होता?

पण ॲश-ट्रेमध्ये वेगळ्या ब्रँडची राख सापडूनदेखील जयवंतने डोक्यात बिलकुल राख घातली नाही. रोहिणीला खोटे बोलायची संधीच न देता तो सरळ सुभाषकडे गेला.

दारातच त्याला लिता भेटली. जयवंतला पाहून ती चक्क लाजली आणि पळाली. म्हणजे हा आहे काय प्रकार? आणि 'मॉड' मुली लाजू शकतात म्हणजे आश्चर्यच आहे!

लिताच्या वागण्याचे आश्चर्य करता करता जयवंत स्वत:च्या पत्नीने केलेली घोर फसवणूक चक्क सव्वातीन मिनिटे विसरला.

पण साडेतिनाव्या मिनिटाला सुभाष बाहेर आला आणि जयवंतला म्हणाला, "दे टाळी, तुझं काम फत्ते!"

"म्हणजे? काय केलंस तू?"

"वहिनींचा तर्क बरोबर होता. बायका असल्या बाबतीत भलत्याच चाणाक्ष असतात बुवा! त्यांच्या गल्लीतलेच दोघेतिघे टगे ही भंकस करीत होते, केवळ वहिनींनी त्यांच्याकडे ढुंकून पाहिलं नाही, याचा सूड म्हणून! पण आपण काय दाद देतो त्यांना?"

"केलंस तरी काय तू?"

"माझा एक मित्र आहे पोलिसांत. त्याला घेऊन गेलो, त्यांच्या गल्लीच्या दादाकडे. म्हटलं, आपल्याला भंकस नाही पाहिजे. सगळं नीट एक्स्प्लेन केलं. तू केवढा रिस्पेक्टेबल माणूस आहेस, ते पण सांगितलं. म्हटलं असा तसा असामी नाही – राडा होईल उद्या. दादाला पण ते पटलं. न पटून सांगतो कुणाला? माझ्याबरोबर स्पेशलवाला होता ना! दादा म्हणतो कसा, "उद्या सरळ करतो एकेकाला आणि बजावून ठेवतो की, असला फाजीलपणा चालायचा नाही. रोहिणीताई आम्हाला बहिणीसारख्या," वगैरे आणखी खूप बोलत होता."

जयवंतचा चेहरा अजूनही समाधान झाल्यासारखा दिसेना तेव्हा सुभाष त्याला म्हणाला, "झालं ना तुझं काम? मग आता आणखी कसली काळजी करतोस?"

"तुमचं हे बोलणं कधी झालं?"

"कालच. मी आज सकाळीच येणार होतो तुझ्याकडे, पण वेळ नाही झाला. का रे? आता काय आणखी?"

"नाही. पण काल बोलणं झाल्यानंतर आज पुन्हा –"

"पुन्हा फोन आला होता? इम्पॉसिबल!"

"फोन नाही. प्रत्यक्षच कुणीतरी आलं होतं. त्याच्या ब्रँडची राख सापडली ना मला अ‍ॅश-ट्रेमध्ये!"

सुभाष क्षणभर विचारात पडला. मग म्हणाला, "तुझी तरी कमाल आहे. दादा काय एका दिवसात सगळ्यांना इन्स्ट्रक्शन्स देऊ शकणार आहे? असले प्रकार थांबायला वेळ लागतो. जरा दमानं घे."

"अरे, पण मला एक समजत नाही सुभाष –" जयवंत काकुळतीला येऊन

म्हणाला. समज, फोनवरून भंकस करीत असतील ते; पण कुणीतरी प्रत्यक्ष आल्याशिवाय राख सापडेल कशी?''

''ते विचारलं मी दादाला. अरे, आपल्याला वाटत नाही; पण चार-दोन रुपये दिले की, गडीमाणसं कामाला जाताना बरोबर काय वाटेल ते घेऊन जाऊ शकतात.''

''म्हणजे? आमची द्वारकी – त्यांना फितूर...''

''द्वारकीच असं नाही रे; पण दळणाची बाई आहे, फुलवाला आहे, पेपरवाला आहे – पोस्टमनदेखील...''

''काय हरामखोर असतात साले एकेकजण!''

''आता बिनधास्त राहा तू. एक काळजी मिटली समज!''

– अर्थात काळजी मिटल्याचे सेलेब्रेशन आइस्क्रीम हाऊसमध्ये झाले...

पण जयवंतची काळजी खरेच मिटत चालली होती; कारण पुन्हा कधीच तसला फोन आला नाही की, राख नाही. –

रोहिणीसारख्या साध्वीवर आपण उगाच आळ घेतल्याबद्दल त्याला आता मनापासून पश्चात्ताप होऊ लागला होता. आपले सेन्सॉर 'झुंझारराव'सारख्या, नवरेमंडळींना संशयी बनविणाऱ्या नाटकावर बंदी का आणत नाहीत ते त्याला समजत नव्हते.

''कोण म्हणतं नवऱ्यानं संशयी असू नये?'' बिछान्यावर पडल्यापडल्या सुभाष म्हणाला, ''तुझ्या नवऱ्याचा स्वभाव संशयी नसता तर आपली गाठ तरी पडली असती का?''

''तुमची बाकी कमाल आहे!'' रोहिणी कौतुकाने म्हणाली, ''माहेरचा माणूस म्हणून मला भेटायला आलात आणि मला रडू कोसळल्यावर चक्क पाठीवरून हात फिरवायला लागलात.''

''मग... माणसानं कसं प्रगतिशील असावं...'' तिला जवळ ओढीत सुभाष म्हणाला, ''नाही तर गेले सहा महिने रोज तुला खिडकीतून पाहून पाहून हैराण झालो होतो, शेवटी ठरवलं – तुझ्या नवऱ्यावर सूड घ्यायचा. तो घरात आहे असं पाहून फोन करायचा! तेवढ्यानं समाधान झालं नाही तेव्हा द्वारकीकडे रुमाल दिला. नशीब असं की, त्या रुमालानंच मला थेट तुझ्याकडे आणून पोहोचवलं. मग मात्र आपला राग नाही राहिला तुझ्या नवऱ्यावर!''

''हो – पण आता मात्र आपल्याला काळजी घ्यायला हवी हं. त्यांना अजिबात संशय येता कामा नये!''

''खरंच – परवा काय पंचाईत झाली होती! माझ्या सिगारेटची ॲश इथंच

राहून गेली – सावरता सावरता माझी पुरेवाट झाली!''

सुभाष हसत सुटला. त्याच्या छातीवर डोके घुसळून रोहिणीदेखील हसू लागली आणि इतक्यात –

दोघेही कोण दचकली!

फोनची घंटा वाजत होती.

रोहिणीने फोन उचलला –

''हॅलो –''

''हॅलो –'' पलीकडून एक लडिवाळ, 'मॉड्' आवाज आला.

''मी मिसेस सबनीस बोलतेय –''

''अय्या ऽ'' आणि फोन खाली ठेवल्याचा आवाज – क्लिक्. रोहिणी रिसीव्हरकडे चिडून पाहत राहिली.

''येऊ देत आता घरी. चांगली खरडपट्टी काढते. कोण आहे ही भवानी?'' ती मनातल्या मनात म्हणाली आणि तिने रिसीव्हर खाली आपटला.

◆

६० असं कधी घडत नाही! ०२

त्या क्षणापासून मालिनीचे सारे आयुष्यच बदलून जाते.
तिच्यासमोर वर्तमानपत्र पडलेले असते. त्यात ठळक अक्षरात छापलेल्या एका बातमीकडे मालिनी नजर तारवटून पाहत असते. "नाही. नाही, असं कधी घडत नाही!" स्वत:लाच धीर देण्याचा प्रयत्न करीत असते. "असं कधी घडत नाही!"
पण तिचा धीर पुन:पुन्हा ढासळतो. "असं कधी घडत नाही," हे ती आजवर स्वत:ला पुन:पुन्हा लाखो वेळा सांगत आलेलीच असते. पण तरीही हे घडलेले असते. तिच्या आयुष्यात नव्हे, तिच्या जवळपासही नव्हे, दूर कुठेतरी जगाच्या पाठीवर. ज्याचे कधी नावही ऐकलेले नाही अशा परक्या, अगदीच परक्या प्रदेशात.
पण तरीही ते घडलेले असते.
कुणीतरी एका पिसाट जमातीने धर्मांध होऊन देवीपुढे एका लहान मुलीचा बळी दिलेला असतो.
बळी... प्रत्यक्ष जिवंत मुलीचे शीर देवीच्या पायांवर ठेवून धारदार तलवारीने धडावेगळे केले गेलेले असते.
नुसत्या कल्पनेने मालिनीच्या अंगावर पुन:पुन्हा शहारे येतात.
सारा प्रसंग डोळ्यांसमोर साकार होऊ लागतो. ज्याच्या कल्पनेनेही जिणे असह्य व्हावे, तो भयप्रद प्रसंग मन बारीकसारीक तपशिलाचे गडद रंग भरून तिच्या डोळ्यांसमोर उभा करते.
देवळापुढे जमाव जमलेला. नाचत, गात वेड्यासारखा मागे-पुढे डोलत असलेला. भजने गात, टाळ्या पिटीत. देवीचे पुजारी रक्त वस्त्रे नेसलेले. सारे काही मालिनीच्या डोळ्यांसमोर चित्रासारखे उभे राहते. उघड्या केसाळ छात्यांवरून रुळणाऱ्या पिवळ्याधमक फुलांच्या माळा. पुजाऱ्याच्या कोंडाळ्यात मलूल होऊन पडलेली ती बालिका. तिच्या कपाळावर तांबडाभडक मळवट फासलेला. सर्व सोपस्कार करून तिची यथासांग पूजा चाललेली. तिला बिचारीला आजूबाजूला काय

चालले आहे हे समजेनासेच झालेले. कल्पनातीत भयामुळे तिची शुद्धच गेली आहे. मन भीतीने बधीर झाले आहे. संवेदना संपूनच गेली आहे. नुसते शरीरच तिथे पडले आहे. तेदेखील लोळागोळा होऊन. पण हे शरीरच शृंगारले जात आहे. नाना तऱ्हेच्या लेण्या-उटण्यांनी, गंधांनी, फुलांनी – कारण तेच वाहायचे आहे देवतेच्या चरणांवर.

मालिनी – सतरा वर्षांची कोवळी मुलगी. कॉलेजात शिकणारी. दुसऱ्या वर्षात संस्कृतच्या अभ्यासाला 'मालती-माधव' लावलेले आहे. वर्षाच्या सुरुवातीलाच तिने त्या नाटकाचे कथानक वाचून टाकलेले आहे –

– आणि तेव्हापासून कुठून कशी नकळे, पण भीतीची एक धार तिच्या मनावर सावकाश, संथपणे पण सतत पडत असते.

नाटकातील मालती – अमात्य भूरिवसूंची सुंदर, गुणसंपन्न कन्या – अघोरघंट आणि कपाल कुंडला हे दोघे अघोरी पंथाचे देवीभक्त तिचा बळी देवापुढे देण्यासाठी तिला पळवून नेतात. त्यांचा हा बेत तडीला जाणार, इतक्यात मालतीचा विलाप ऐकून माधव तिथे धावत येतो आणि मालतीला त्या अघोरी लोकांच्या हातातून सोडवितो.

आयत्या वेळेस माधव तिथे आला नसता तर – या विचाराने मालती नेहमी अस्वस्थ होते.

हे नाटक आहे आणि नाटकातील नायिकेची संकटातून शेवटच्या क्षणी सुटका होणारच, हे न कळण्याइतकी मालिनी खुळी नाही; परंतु तरीही तिचे समाधान होत नाही.

कारण नरबळी देण्याइतके क्रूर कुणी असू शकेल हेच मुळी तिला पटत नाही. देवतेला प्रसन्न करण्यासाठी एखाद्या निष्पाप जिवाचा, त्याच्याशी काही हेवादेवा नसताना, उघड्या डोळ्यांनी सर्वांसमक्ष प्राण घ्यायचा, ही तिला अमानुषतेची कमाल वाटते. हे सारे कथा-कादंबऱ्यांमध्ये ठीक आहे; पण प्रत्यक्षात हे कुठून असणार? का असणार? माणूस इतका क्रूर आहे का?

तिने आजवर पाहिलेली तरी सगळी माणसे चांगली असतात. समजूतदार, गोड, मोकळी, एकमेकांना जपणारी, दुसऱ्याच्या भावनादेखील दुखावणार नाहीत याची काळजी घेणारी. आई, पप्पा, इतर नातेवाईक – सर्वांनी आजवर तिला फुलासारखी जपलेली असते.

त्यातून मालिनीसारखी मुलगी – गोड स्वभावाची, हुशार, सुंदर, कोण तिला हिडीसफिडीस करणार आहे? नाटकातल्या मालतीसारखीच ती श्रीमंताची मुलगी. तिच्या भोवतालचे सारे जग सुंदर... खिडकीतून दिसणाऱ्या, दवाने न्हालेल्या टपोऱ्या गुलाबासारखे. रोज रात्री अभ्यास करून झाल्यावर वडिलांनी

''दमलीस आता, झोप'' म्हणताना पाठीवरून फिरविलेल्या हातासारखे. कॉलेजमध्ये सर्वांनी फेकलेल्या गौरवाच्या कटाक्षांसारखे –

– पण भोवतालचा हा सुंदर, झिरझिरीत रेशमी पडदा मध्येच कुणीतरी टरकावते आणि म्हणते – ''वाच-वाच ही बातमी. आजच्या वर्तमानपत्रातली.''

ती एवढीशी बातमी मालिनीचे सारे सुरक्षित, मधुर, सुंदर जग उलथेपालथे करून टाकते. तिच्या नजरेवर भीतीचा एक गडद पडदा सोडते.

भीतीचा तो पडदा नजरेवर असतानाच मालिनीला कुंदलता भेटते आणि जगाच्या गोंडस रूपाविषयीच्या तिच्या कल्पनांना एक जोराचा धक्का बसतो.

खरे तर कुंदलता मालिनीच्या कॉलेजातही नसते. निदान असा मालिनीचा समज असतो; परंतु कॉलेजमधल्या कुणाला तरी भेटायला ती नेहमी कॉलेजात येते खरी!

कुंदलताचे रूप तिच्या नावाशी पूर्णपणे विसंगत असते. नाजूकपणाचा तिच्या ठायी लवलेशही नसतो. पुरुषी वाटणारा चेहरा, सावळा रंग, किंचित घोगरा स्वर आणि पोशाखही अगदी भरड कापडाचा. क्वचितच हातमागाची जाडीभरडी साडी; नाहीतर बहुधा गोणपाटासारख्या जाड, राखी कापडाचा लांबलचक, निराकार फ्रॉक. गळ्यात ओबडधोबड रुद्राक्षांच्या माळा, डोळ्यांवर अगडबंब फॅशनेबल चष्मा आणि काखोटीला हातमागाची झोळी.

कुंदलता कसल्या तरी सोसायटीचे काम करते. ती अधिक बोलत नाही; पण बोलते, ते ठासून हुकूम केल्याप्रमाणे.

मालिनीशी तिची गाठ कॉलेजच्या पटांगणात पडते.

कुंदलता तिच्याकडे रोखून पाहते आणि मालिनीच्या छातीत चर्रर होते.

कुंदलता काही क्षण तशीच पाहत राहते.

मालिनी रोखल्यासारखी जागच्या जागीच खिळून उभी राहते. काय बोलावे ते तिला सुचत नाही. पळून जावेसे वाटते, पण जागचे हालवत नाही.

''तू स्पिरिच्युअल सोसायटीची मेंबर आहेस?'' कुंदलता पिस्तुल रोखल्यासारखी विचारते.

मालिनी जेमतेम नकारार्थी मान हलवते.

''हरकत नाही; पण तू ट्रीपला ये. बऱ्याच मुली येणार आहेत. नोटिस बघ. मी तुझं नाव लिहून घेतलंय.'' आज्ञा केल्याप्रमाणे कुंदलता सँडल्स टाप टाप वाजवीत निघून जाते.

काय करावे हे मालिनीला समजत नाही; पण तिला कुंदलतेच्या त्या पुरुषी आवाजाने जणू भारून टाकलेले असते. मनात नसूनही ती नोटिस बोर्डाकडे वळते.

– आणि मनात नसूनही ती 'स्पिरिच्युअल सोसायटी'च्या पिकनिकला जाते.

कुंदलतेविषयी तिला एक प्रकारची भीती वाटू लागलेली असते. एक जरब, एक दहशत जणू. आपण पिकनिकला न गेल्यास तिच्या आज्ञेचे उल्लंघन केल्यासारखे होईल असे तिला वाटते. ती हे कुणाकडे बोलत नाही, स्वत:कडेही कबूल करीत नाही, परंतु मुकाट्याने पिकनिकला जाते.

पिकनिकला एकूण दहा-बाराच मुले जमलेली असतात. आपण उगाचच आलो, असे मालिनीला वाटत राहते.

तरीही वेळ तसा मजेत जातो.

पिकनिकची जागा मोठी बहारीची असते. गावाबाहेरचे गर्द रान. अतिशय शांत. झाडांमधून वारा भणाभणा वाहत असतो.

झाडांच्या सावलीमध्ये दुपार मजेत जाते.

पण जसजशी संध्याकाळ होऊ लागते, तसतसे मालिनीला एक प्रकारचे अस्वस्थ वाटू लागते.

अस्वस्थ वाटायला कारण नसते असे नाही. जसजसे अंधारू लागते, तसतशा झाडांच्या सावल्या अधिकच दाट होऊ लागतात. झाडांचे आकार चित्रविचित्र दिसू लागतात. कुठे जबडा वासलेले प्राणी, तर कुठे घोंगडी पांघरलेली माणसे. वाऱ्याचा जोर वाढतो आणि तो दीर्घकाळ दुखणाईत असलेल्या माणसासारखा कण्हू लागतो. रातकिडे 'चिर्रर्र चिर्रर्र' असा ताल धरतात.

"उशीर झाला – जाऊ या." असे मालिनी कुणाला तरी हळूच सुचवते.

ती मुलगी विचित्र हसते. म्हणते, "का गं, एवढ्यात काय जायचं? आत्ता तर खरी मजा येणार आहे..."

मालिनी काही विचारणार, एवढ्यात तिला जाणवते की, कुणीतरी आपल्यावर नजर ठेवली आहे.

ती नजर कुंदलतेची असते.

याच क्षणी झाडाआडून पूर्ण चंद्र उगवतो. सगळी मंडळी भारल्यासारखी चंद्राकडे पाहू लागतात.

सारे रान उजळून निघते. सावल्या अधिकच चित्रविचित्र दिसू लागतात. पिशाच्चे इकडून तिकडे संचार करीत राहावीत तशा झोके घेऊ लागतात. झाडांच्या फांद्यादेखील पांढुरक्या होऊन सांगाड्याच्या हातापायांसारख्या भकास वाटू लागतात...

मंडळींपैकी कोणीतरी हलकेच मृदंग वाजवू लागते. धाप लागल्यासारखा त्याचा तो आवाज जंगलात घुमू लागतो.

हळूहळू मृदंगाची गती वाढते. पाठीमागे शिकारी लागलेले एखादे जनावर, जीव घेऊन पळताना मधेच थांबून जसे हॅ हॅ हॅ हॅ करीत दम खाईल, तसा मृदंग वाजू लागतो.

कुणीतरी त्याला ताल धरते.

हळूहळू सगळे चुटक्यांचा ताल धरतात.

एकाएकी मालिनीच्या लक्षात येते की, हे सगळेजण वर्तुळाकार बसले आहेत. सर्वांनी मांड्या घातल्या आहेत.

तिला चमत्कारिक वाटते. उठून जावेसे वाटते.

पण आता मृदंगाचा जोर वाढलेला असतो. त्याबरोबर सगळेजण 'हुंहूं हुंहूं' असा कण्हल्यासारखा आवाज काढीत बसल्या बसल्या डोलत असतात. हाताच्या चुटक्या चालूच राहतात.

सर्वांच्या माना उंचावलेल्या. सर्वांची नजर वर चंद्राकडे. जसे काही ते चंद्राला खाली बोलावीत असतात किंवा आपण त्याच्यात मिसळून जाण्याचा प्रयत्न करीत असतात. त्यांचे हे विचित्र आवाहन क्षणाक्षणाला अधिकाधिक तीव्र होत जाते. नजरा चमकू लागतात.

मालिनीला तिथे बसणे अशक्य होते. तिचे हातपाय लटपटू लागतात. कुठल्या चमत्कारिक प्रसंगात आपण सापडलो असू, या चिंतेने मन ठाव सोडते. घर आठवते.

सर्वांच्या जल्लोषाने मन नुसते दुमदुमत राहते. सगळे चंद्राकडे पाहत जणू भान विसरून गेलेले असतात. एकच ओढ लागून राहिलेली असते – चंद्राची, त्यांच्यात मिसळून जाण्याची.

आणि एकजण उठतो. जागच्या जागी चुटक्या वाजवीत तालात नाचू लागतो. अंगात आलेल्या माणसाप्रमाणे. त्याचे देहभान गेलेले आहे.

मग दुसरा, मग तिसरा, सगळेच उठून जागच्या जागी थयाथया नाचू लागतात. मालिनी अंग चोरून एका बाजूला बसून राहते. आपल्याकडे कुणाचे लक्ष जाऊ नये, अशी प्रार्थना करीत. समोर चाललेला हा विचित्र प्रकार कधी संपेल, याची श्वास रोखून वाट पाहत.

नाचणाऱ्यांपैकी एकाने आता आपल्या अंगावरचा एकेक कपडा काढून टाकायला सुरुवात केली आहे. शर्ट उडवला जातो, नाचता-नाचताच पँटही भिरकावली जाते. हळूहळू साऱ्यांचीच तशी अवस्था होऊ लागते. स्कर्टस सोडून टाकले जातात, साड्या फिटतात, गंजीफ्रॉक काढले जातात, ब्लाउजेस निघतात, मृदंग वाजतच राहतो... चुटक्या चालूच राहतात. पूर्ण नैसर्गिक अवस्थेत बेभान होऊन ते सारे मृदंगाच्या घुमणाऱ्या तालावर चंद्राला आवाहन करीत राहतात.

किंकाळी ओठांतून बाहेर पडू नये म्हणून तोंडावर हात दाबून धरून मालिनी हळूहळू दूर सरकू लागलेली असते. तिला निसटायचे असते, या भुतावळीपासून चटकन बाजूला व्हायचे असते. थोडीशी बाजूला गेली की, ती पळत सुटणार असते. पुढे काय करायचे, त्या अंधारातून कसे जायचे, हे ठरलेले नसते; पण त्या विचित्र समूहापासून तिला शक्य तेवढ्या दूर जायचे असते.

– पण ते तितकेसे सोपे नाही हे तिच्या लवकरच ध्यानात येते. तिच्या दोन्ही बाजूंनी दोघेजण नाचत नाचत येतात. तिचे कपडे ओढू लागतात. त्यांतली एक तर कुंदलता असते. काय भीषण दिसते ती! तिचे केस मोकळे सुटून चेहऱ्यावर, छातीवर लोळत असतात. चष्मा काढल्यामुळे असेल किंवा बेभान झाल्यामुळे असेल – पण तिच्या डोळ्यांत एक वेडसर, खुनशी झाक दिसते. चंद्रप्रकाशात ती नजर चमकते.

कुंदलता आणि तिचा साथीदार, मालिनीच्या कपड्यांना झोंबू लागतात. मग मात्र पळून जाण्याखेरीज गत्यंतर उरत नाही. उरलासुरला सगळा धीर एकवटून ती किंचाळते, "सोडा मला! मला जाऊ द्या! मला जाऊ द्या!"

तो भीषण नाच चालूच राहतो.

अंगाशी झोंबणाऱ्या त्या दोघांना हिसडे देऊन मालिनी पळत सुटते.

आता ती सारी भुतावळ आपल्या मागे येणार, याची तिला खात्री असते. कुणीच आपल्याला असे सहजासहजी जाऊ देणार नाही, हे तिला माहीत असते. सारी शक्ती एकवटून, लटपटणाऱ्या पायांनी ती पळत सुटते, झाडांमधून वाटेत पसरलेल्या लांबरुंद मुळांपासून, खड्डे चुकवीत, वाट काढीत, ती पळत राहते. चंद्रप्रकाशात रस्ता स्वच्छ दिसत असतो; पण मालिनीला काहीच कळत नाही. या भयंकर प्रकारापासून शक्य तेवढे दूर जायचे, या एकाच भावनेने ती पळत असते. अडखळत, पडत, उठत, ठेचकाळत ती न थांबता पळत राहते...

– आणि एकाएकी तो समोर दत्त म्हणून उभा राहतो!

मालिनी किंचाळते.

ती कदाचित खाली पडेल, म्हणून तो तिला सावरण्यासाठी तिच्या दंडाला धरतो.

मालिनीला हुंदका फुटतो.

"प्लीज, रडू नका. एव्हरीथिंग इज ऑल राईट. प्लीज डोन्ट वरी." तो हलकेच म्हणतो.

त्याच्या त्या सांत्वनाने ती किंचित भारावते. त्याच्याकडे पाहते.

चंद्रप्रकाशात त्याची देखणी सस्मित मुद्रा पाहून तिला धीर येतो.

ती मागे वळून पाहते.

तिच्यामागे कुणीही येत नसते.

मनावरचा सगळा ताण एकदम सुटून मालिनी मुक्तपणे रडू लागते.

काही क्षण तो तिला तसेच रडू देतो. मग आर्जवपूर्वक विचारतो, "काय झालं ते तर मला सांगाल?"

ती स्फुंदत स्फुंदत सगळी हकीगत जमेल तशी सांगते. "काय असेल हो याचा अर्थ?" ती विचारते.

मुख्य रस्त्यावर पार्क करून ठेवलेल्या त्याच्या गाडीत दोघे येऊन बसतात.

"सांगणं कठीण आहे." तो म्हणतो, "तुम्ही सांगता ती स्पिरिच्युअल सोसायटी म्हणजे एखादा अघोरी संप्रदाय असावा. आज पौर्णिमा ना? पौर्णिमेला हे अघोरी लोक एकत्र जमतात आणि चंद्राला आवाहन करतात – त्यांच्या विद्येचाच तो एक भाग असतो."

'अघोरी' शब्दावरून मालिनीला 'मालती-माधव' नाटकाची आठवण होते.

– वर्तमानपत्रातल्या बातमीचीदेखील.

तिच्या अंगावर शहारे येतात.

"अघोरी. म्हणजे बळीदेखील देत असतील का हो ते?"

"बघा – पुन्हा लागलात काळजी करायला." तो सस्मित सांगतो. "देतसुद्धा असतील, पण मला काही नीटशी माहिती नाही. आपण कशाला तो विचार करा? फरगेट इट – जस्ट फरगेट इट! घरीसुद्धा बोलू नका. उगाच नसत्या भानगडी नकोत."

घर आले तरी मालिनीच्या डोक्यातून 'मालती-माधव' जात नाही.

तो आर्जवपूर्वक विचारतो, "पुन्हा भेटणार?"

ती हसते आणि एकदम तिच्या ध्यानात येते, आपण अजून त्याला त्याचे नावसुद्धा विचारले नाही... ती विचारते.

"मधुकर." तो हसत सांगतो.

"मधुकर!"

मालिनी ते नाव पुन:पुन्हा स्वत:शीच उच्चारते. तोंडात घोळवते.

'मालिनी-मधुकर' किती 'मालती-माधव'सारखे वाटते! आणि तो-तो आपला माधवच नाही का? कपाल कुंडलेने आणलेल्या आपत्तीतून मालतीने सुटकेसाठी, धावा केला, तेव्हा कोण धावून आलं? –माधव!

मधुकरही त्या दिवशी असाच अचानक भेटला...

एका नव्याच उत्साहाने मालिनी 'मालती-माधव'चा अभ्यास करू लागते. माधवच्या जागी ठायी ठायी मधुकर दिसत राहतो.

नुकताच फाटलेला स्वप्नांचा पडदा पुन्हा सांधला जातो. भीतीचे, एकटेपणाचे, धोक्याचे जग लांब राहते. आता मधुकरचा आधार वाटू लागलेला असतो. घाबरण्याचे कारणच काय? स्वप्नांची दुनिया पुन्हा रंगू लागते. नव्या, आकर्षक रंगांनी. त्या दुनियेचा राजकुमार प्रगट झालेला असतो. धीट, देखणा, रुबाबदार मधुकर! तिचा माधव 'मधुकर.'

मालिनीला एकाएकी साक्षात्कार होतो की, आपण मधुकरच्या प्रेमात पडलो आहोत.

'मालती-माधव'मध्ये मग भय उरत नाही. ती एक सुंदर प्रेमकथा बनते.

ती दोघे रोज भेटू लागतात.

तळ्याच्या काठी... बांबूच्या बनात... डोंगरावर... नदीकिनारी...

मधुकरच्या सहवासात वेळ कसा उडून जातो, ते मालिनीला कळत नाही. कित्येकदा ती दोघे काहीच बोलत नाहीत. मौनच एकमेकांना सारे समजावते. मग मध्येच ती त्याच्याकडे पाहते. त्याच्या नजरेत तिला उत्तर मिळते. दोघेही खळखळून हसतात. मालिनीला फार शांत शांत वाटते. मधुकरच्या खांद्यावर डोके ठेवून ती नुसती शांतताच ऐकत बसून राहते. जगाचा सारा कोलाहल, सारी क्रूरता, भीती, जीवघेणी पळापळ, सारे जणू दूरच्या, दुसऱ्याच दुनियेत घडणारे वाटते. या जगात फक्त ती असते, तिच्या प्रियकरावर विश्वास टाकून. तिच्या साऱ्या काळजीचा भार त्याने घेतलेला असतो. तिचे पदोपदी कोमेजणारे कोमल फुलासारखे मन त्याने आपल्या तळहाताने हलकेच जपून ठेवलेले असते.

वर्तमानपत्रातील ती नरबळीची बातमी या जगात साफ खोटी ठरते.

इथे कुणी फुलपाखरालासुद्धा चिमटीने उचलीत नाहीत, दुखावेल म्हणून.

दोघांनीही आपापल्या प्रेमाची ग्वाही मौनानेच देऊन टाकलेली आहे.

परंतु एक दिवस ते शब्दांत व्यक्त होते.

एका शांत संध्याकाळी, मालिनीचा हात हलकेच हातात घेऊन तिचा माधव –मधुकर तिला विचारतो, "मालिनी, तू माझी होशील? माझ्याशी लग्न करशील?"

ती लाजून खाली पाहते. कळेल न कळेलसे म्हणते, "हो." मग दोघेही गप्प होतात. गंभीर होतात. एका नव्या जबाबदारीच्या जाणिवेने. नव्या बंधनाच्या कल्पनेने.

तशीच न बोलता दोघे उठतात. एका मंगल नात्याला सुरुवात करण्याआधी देवीच्या दर्शनाला जातात.

देऊळ गावाबाहेर असले तरी कारने फार लांब नाही...

दर्शन घेऊन होताच प्रसाद बांधून देण्यासाठी पुजारी मधुकरला बाजूला नेतो.

मालिनी थोडा वेळ त्याची वाट पाहते. पुजाऱ्याने त्याला अजून परत का पाठवू नये, या विचाराने ती अस्वस्थ होते.

बाहेर अंधार पडू लागतो.

सावल्या दाटत जातात.

मालिनीची भीतीची भावना परत एकदा जागी होते.

न राहवून ती हाक मारते, "मधुकर –"

मधुकरचे काय झाले असेल कोण जाणे!

सबंध देवळात आपण एकटे असल्याचे मालिनीच्या ध्यानात येते. ती विलक्षण भयभीत होते.

आणि भय अधिकच वाढविणारी आणखी एक गोष्ट तिच्या ध्यानात येते.

एका अंधाऱ्या कोपऱ्यात कुंदलता उभी आहे...

"मधुकर खाली आहे." ती आपल्या घोगऱ्या आवाजात सांगते. खाली जाणाऱ्या जिन्याकडे बोट दाखवते.

हा जिना इतका वेळ मालिनीच्या लक्षातच आलेला नसतो.

"नाही. मधुकर खाली नाही. त्याच्या नावानं तुम्ही मला फसवताय." किंकाळी फोडल्यासारखी मालिनी म्हणते.

"खाली चल." कुंदलतेच्या स्वरात आज्ञा. ती मालिनीच्या पाठीमागे येऊन उभी राहते.

भारल्यासारखी मालिनी चालू लागते. अरुंद जिन्याच्या पायऱ्या उतरू लागते.

खाली काळोख. फक्त एक पलिता जळत असतो. त्याचा उजेड काळोखापेक्षाही भीतिदायक वाटतो.

त्या प्रकाशात उजळून निघालेली देवीची मूर्ती वरच्या मूर्तीसारखी शांत नसते. अक्राळविक्राळ, लसलसणारी लाल, लांब जीभ असलेली. गारगोट्यांच्या थंडगार डोळ्यांची काळीकुट्ट मूर्ती...

आणि तिच्यासमोर निःशब्द उभे असलेले भक्तगण. पिकनिकच्या रात्री उन्मत्तपणे नाचणारे – पण आता केवळ मूर्तीप्रमाणे निश्चल उभे –

वर्तमानपत्रातली बातमी वाचून मालिनीच्या डोळ्यांसमोर उभे राहिलेले चित्र फार वेगळे असते. इथे वाद्यांचा कोलाहल नसतो. माणसांची गर्दी नसते.

पण ती निष्पाप कुमारिका मात्र –

सगळ्यांच्या नजरा मालिनीवर रोखलेल्या. हे – हे सारे 'मालती-माधव' मधल्यासारखे. कपालकुंडलेसारखी कुंदलता –

– समोर देवीच्या मूर्तीजवळ बळी देण्याचे सारे साहित्य –

फक्त अघोरघंट नाही आणि माधव – भीतीने मालिनीचे भान हरपते. तिच्या माधवाच्या नावाने ती टाहो फोडते, 'मधुकर... मधुकर.– '

– आणि एवढ्यात अघोरघंट हातातली नंगी तलवार परजीत पुढे येतो...

पण नाटक वेगळे – प्रत्यक्षात तसे कधी घडत नाही – तसे कधी घडत नाही...

प्रत्यक्षात वेगळेच घडते –

नाटकात अघोरघंट मालतीच्या शिरावर वार करणार, इतक्यात माधव धावत येतो...

प्रत्यक्षात...

प्रत्यक्षात मधुकरच अघोरघंट असतो. तलवार परजीत तो मालिनीच्या जवळ जवळ येत असतो.

♦

☙ एक माणूस आणि एक पशू ☙

मी मोठ्याने किंचाळण्याचा प्रयत्न करीत होते; पण माझ्या तोंडून शब्द फुटत नव्हता. किंकाळी ओठांतच गुदमरत होती...

आणि तो पंजा – केसाळ, रानटी, पशूचा पंजा माझ्या छातीवरून फिरत होता. मला सावकाश थोपटीत होता.

त्याला अंगावरून दूर करण्यासाठी माझ्या जिवाचा आकांत चालला होता; पण ते मला शक्य नव्हते. तो इतका जड होता की, त्याला उचलून ठेवण्याइतके बळ माझ्यात नव्हते. शिवाय, बाजूला करण्यासाठीदेखील त्या, राठ, केसाळ हाताला स्पर्श करण्याची मला भीती वाटत होती...

भीती... विलक्षण भीती...

आजूबाजूला दाट काळोख पसरला होता.

इतका की, तो पंजा कोणाचा आहे हेदेखील दिसत नव्हते. तो हात ज्याचा होता त्या माणसाचा चेहरा कळत नव्हता – म्हणा तो हात माणसाचा होता की, आणखी कुणाचा...

एवढेच की, तो हात होता – जसा काही शरीराशिवायचा नुसताच हात – अधांतरी वावरणारा – नेमका माझ्यापर्यंत येऊन पोहोचलेला – माझ्या शरीरावरून फिरणारा – केसाळ, रानटी पशूचा पंजा – आणि मी कुठे होते? कुठे तरी पडलेली... पण कुठे? आजूबाजूचे काही ध्यानात येत नव्हते.

उठले पाहिजे – इथून पळाले पाहिजे.

पण शरीराची थोडीशीही हालचाल होऊ शकत नव्हती. जसे काही कुणी मला दोरखंडांनी बांधून घातले होते – आणि तो पंजा वर वर सरकत होता –

''वाचवा – कुणीतरी वाचवा – सोडवा मला – धावा– '' मी सगळी शक्ती एकवटून किंचाळले.

– मला एकदम जाग आली.

मला जाणीव झाली की, मी माझ्या घरातच होते. बेडरूममध्ये – मऊमऊ बिछान्यात.

अंग घामाने थबथबले होते.

एकूण मला पडले ते एक स्वप्नच होते. तो काळोख माझ्या खोलीतला होता आणि तो हात – हात माझ्या शेजारी झोपलेल्या माझ्या पतीचा होता. झोपेतच तो माझ्या अंगावर पडलेला होता.

मी सहज तो बाजूला करू लागले.

– पण त्याला स्पर्श केला मात्र –

विलक्षण धक्क्याने माझी शुद्ध हरपण्याची वेळ आली. मला पडलेले स्वप्न पूर्ण खोटे नव्हते.

कारण माझ्या अंगावरचा तो पंजा केसाळ, राठ, रानटी पशूचा पंजा होता.

मी कशीबशी धीर करून जागची उठले आणि दिवा लावला.

माझी शंका खरी होती. माझ्या पतीच्या गोऱ्यापान हातांचे दोन्ही पंजे एखाद्या जनावराच्या पंजासारखे केसाळ, राकट झाले होते. त्याची नखेदेखील आता माणसाच्या नखासारखी राहिली नव्हती.

मी सुन्न होऊन गेले. समोर दिसत असलेल्या प्रकारावर विश्वास ठेवायला मन तयार नव्हते; पण डोळ्यांची खात्री पटून चुकली होती.

मी त्यांना उठवायला गेले; पण लगेच थांबले. न जाणो, हा सारा भासच असेल, कसले तरी दुष्ट स्वप्न असेल, रात्रीची भुलावण असेल, सकाळी सारे नीट होईल, अशी एक वेडी आशा मला वाटत होती.

हे शांत झोपले होते. त्यांची झोप नेहमीच गाढ असायची. एखाद्या लहान मुलासारखे ते बिनघोर झोपायचे. काय असेल ते सकाळी पाहून घेता येईल. आता कशाला त्यांना उठवून धक्का द्या, अशी मी मनाची समजूत घातली.

मला स्वतःला मात्र तिकडे झोपवेना. आणि आता झोप लागणे अशक्यच होते. मी जीव मुठीत धरून, पाय पोटाशी घेऊन खिडकीत बसून राहिले.

नको म्हटले तरी नजर कॉटकडे जायची त्यांच्या हातावर. तत्क्षणी अंगावर शहारा यायचा. मी नजर खिडकीबाहेर वळवायची.

बाहेर सारे शांत होते. काळोख पसरला होता. दूरपर्यंत कुणाची जाग नव्हती. आभाळात चंद्रदेखील नव्हता.

झाला प्रकार खरोखरीचा असेल, टिकणारा असेल तर इतका भयंकर होता! माझ्या पतीसारखा देखणा पुरुष हजारांत एखादा! आणि त्यांनाच जर असे काही भयंकर व्यंग जडले तर! मला ती कल्पनादेखील सहन होईना.

पुन:पुन्हा माझे डोळे भरून येऊ लागले. त्यांच्यासारखा सुस्वभावी, प्रेमळ, शांत माणूस आणि त्याच्यावर ही भयंकर आपत्ती कोसळावी! आता काय होणार आमचे? हो आमचे दोघांचेही! कुठल्याही परिस्थितीत त्यांच्यापासून दूर राहण्याची कल्पना मला सहन झाली नसती. जिवापाड प्रेम करीत असे मी त्यांच्यावर आणि ते माझ्यावर. आमच्या सुखाला हा डाग कुठून लागला?

आता करू तरी काय मी? कुणाला सांगू मी? कोण आम्हाला वाचवू शकेल?

मला 'डॉक्टर'ची आठवण झाली.

मी धावतच फोनशी गेले.

एवढ्यात घड्याळ्याकडे लक्ष गेले. साडेतीन वाजले होते. डॉक्टर झाले तरी त्यांना रात्री साडेतीनला उठवायचे?

मी फोन करून त्यांची मदत मागितली असती, तर तशा भलत्या वेळीदेखील ते धावत आले असते, याविषयी मला शंका नव्हती. डॉक्टरांची आणि माझी ओळख फार जुनी नव्हती; पण इतक्या थोड्या दिवसांतही आम्हा दोघांवर त्यांचा भलताच लोभ जडला होता. आम्हीही त्यांना आमचे अगदी जवळचे स्नेही मानू लागलो होतो. डॉक्टर वयाने यांच्याएवढेच होते; त्यामुळे दोघांचेही चांगले जमत असे. गेल्याच महिन्यात हे टायफॉइडने आजारी होते. त्या आजारात तर यांची सेवा माझ्यापेक्षा डॉक्टरांनीच अधिक केली म्हटले तरी चालेल. दिवस असो, रात्र असो; कधीही फुरसत मिळाली की, 'डॉक्टर' येऊन त्यांना पाहून जात. दोघांचे नाते पेशंटचे आणि डॉक्टरचे राहिलेच नव्हते. त्या आजारातून हे बाहेर पडले त्याचे श्रेय डॉक्टरांच्या शुश्रूषेलाच द्यायला हवे. अजूनही डॉक्टरांचे औषध (इंजेक्शन्स इ.) चालूच होते. ते मला नेहमी म्हणत, "वहिनी, तो पुन्हा पूर्वीसारखा सुदृढ व्हायला हवा. नाहीतर माझ्यासारखा डॉक्टर त्याचा मित्र असून फायदा काय?"

त्या डॉक्टरांना झोपेतून उठवून त्यांच्या मित्राविषयी मी काय सांगणार होते? खरेच काय सांगणार होते मी? आणि कुठल्या तोंडाने?

मी फोन खाली ठेवला.

उलटसुलट विचारांच्या वावटळीत मी ती रात्र कशीबशी काढली.

पण ती भयंकर रात्र संपल्यानंतर सकाळ आली, तीही मोठीशी चांगली नव्हती. कारण रात्रीचे भास सकाळी बिलकुल खोटे ठरले नाहीत. यांचे हात खरोखरीच जनावराच्या पंजासारखे झाले होते.

हे त्या हातांकडे पाहत राहिले आणि मग एकाएकी ओक्साबोक्शी रडू लागले. बस्स, ते काही बोलले नाहीत, काही नाही.

त्यांना धक्का बसला होता, हे उघड होते; परंतु त्यांच्यासारखा विचारी माणूस त्यावर काहीच बोलणार नाही, असे शक्य नव्हते; पण मनुष्यस्वभावाचे काय सांगावे? त्यातून हा प्रसंगच चमत्कारिक होता!

'डॉक्टर' आले. मी काही न बोलता त्यांना त्यांच्या खोलीत घेऊन गेले. यांची अवस्था पाहिल्यावर त्यांच्या तोंडून तर पहिल्याने शब्दच फुटेना; पण आपला सारा धीर एकवटून त्यांनी यांची कसून तपासणी केली. मग त्यांना झोपवून ते बाहेर आले आणि मला एका बाजूला बोलावून म्हणाले, ''वहिनी, तू धीर धरला पाहिजेस या प्रसंगात.''

त्यांच्या तोंडचे ते एकवचन ऐकून मला मोठाच आधार वाटला. त्यांच्या आपुलकीने थोडा धीर आला; पण तो पुरेसा नव्हता. कारण त्यानंतर 'डॉक्टर'नी जे सांगितले, त्याने मी पुरती खचून गेले.

''मन घट्ट कर वहिनी, तुला-मला या प्रसंगात घाबरून चालणार नाही. हा आजार साधासुधा नाही. तो फक्त हातावर थांबणार नाही. पसरत जाईल – सबंध शरीरात पसरत जाईल – आणि माणसाचा पशू करून टाकील.''

त्या दिवसापासून मी आणि माझे पती जगातून उठलो. यांना लोकांत वावरणे अशक्यच होते. दुसरा कुठलाही रोग असता, तरी यांना लोकांकडून सहानुभूती मिळाली असती; पण आता सहानुभूतीची अपेक्षा सोडाच, नुसते समोर उभे राहायला- देखील कोणी तयार झाले नसते. एखाद्या पिशाच्चापासून दूर पळावे, तसे लोक यांच्यापासून भीतीने दूर पळाले असते; आणि दूर जाऊन त्यांची कुचेष्टा, टवाळी करीत राहिले असते. आजवर यांनी सर्वांना मदतच केली होती; पण त्यांतले कुणीही आता उपयोगाचे नव्हते. नव्हे, कोण कसे वागते ते पाहायलादेखील आता जागा नव्हती. आम्ही धोका पत्करणार नव्हतो. यांच्या रोगाविषयी एकाही माणसाला कळते, तरी तो दुसऱ्याकडे बोलल्याशिवाय राहिला नसता. दुसरा तिसऱ्याकडे – तिसरा चौथ्याकडे, अशी ही गुप्त गोष्ट तोंडातोंडी पसरली असती. मग लोक जमले असते – दयेचे नाटक करायला, आणि खरे म्हणजे यांची कुचेष्टा करायला! पिंजऱ्यात ठेवलेल्या प्राण्याला बघायला जमतात तसे! प्राणी? हूं ऽ ऽ.

मला हे काही नको होते; पण एकदा सुरुवात झाल्यानंतर ते टाळता आले नसते. म्हणून मी आधीच काळजी घेण्याचे ठरविले. दिवसभर कुणाला यांना भेटू दिले नाही. मी आणि 'डॉक्टरां'नी धावाधाव करून दिवसभरात सगळी तजवीज केली. गावापासून लांब, अगदी समुद्रकिनाऱ्याजवळ एक छोटे घर आम्ही भाड्याने घेतले. तिथेच आम्ही दोघे राहणार होतो. 'डॉक्टर' वेळ मिळेल तेव्हा येऊन जाणार होते. यांची पूर्वीची औषधे बंद करून ताबडतोब नवीन औषधे सुरू झाली.

आम्ही नवीन घरी आल्यानंतर पहिल्या रात्री हे झोपी गेले. लहान मुलासारखे निर्वेध झोपी गेले आणि 'डॉक्टरां'नी माझा निरोप घेतला – "वहिनी" ते म्हणाले, "बिलकुल काळजी करू नको, त्याची नुसती सुरुवातीची अवस्था आहे. आपण शिकस्त करून त्याला वाचवू. घाबरण्याचं काही कारण नाही."

घाबरण्याचे कारण नाही? दिवसभर मी उसने अवसान आणून सगळी धावपळ करीत होते; पण आता रात्र खायला उठणार होती. त्या केसाळ हाताच्या भीतीने रात्रभर डोळ्याला डोळा लागला नसता. कालचे ते स्वप्न पुन:पुन्हा दिसत राहिले असते. म्हणा आता हे स्वप्न होतेच कुठे? ती वस्तुस्थितीच होती. मनाने टाहो फोडला, "डॉक्टर, तुम्ही जाऊ नका. मला एकटीला – गावाबाहेर या निर्जन ठिकाणी आणि – या अमानुष आजाराच्या सोबतीला ठेवून जाऊ नका. मी भीतीनं ऊर फुटून मरून जाईन. डॉक्टर – तुम्ही राहा – आजची रात्र तरी राहा – माझ्या सोबतीला –"

पण असे सांगणे रीतीला धरून नव्हते. मला शोभणारे नव्हते.

मी काहीच बोलले नाही. मुकाट्याने 'डॉक्टर'ना निरोप दिला.

डॉक्टर गेले आणि मी हळूहळू धीट होऊ लागले. एकटेपणाच्या कल्पनेपेक्षा प्रत्यक्ष एकटेपणा कित्येकदा अधिक सुसह्य असतो. शिवाय आता मी मन घट्ट करायचे ठरविले होते. या प्रसंगात जर मीच घाबरले असते, तर यांना आपले कुणी म्हटले असते? माझ्यात आणि परक्या लोकांत मग फरक तो काय राहिला असता?

मी त्यांच्या बिछान्याशी गेले. ते झोपले होते. गाढ झोपले होते; पण आज त्यांच्या झोपण्याच्या पद्धतीत मला काहीतरी वेगळे वाटले. एखादा प्रचंड कुत्रा – मी घाईघाईने तो विचार मनातून काढून टाकला. कदाचित तो नुसताच कल्पनेंचा खेळ असावा. मला घाबरावयाला वस्तुस्थिती पुरेशी होती. त्यात आणखी कल्पनांची भर मला टाकावयाची नव्हती. मी त्यांच्या अंगावर पांघरूण घातले. त्यांनी झोपेतच ते बाजूला काढून टाकले. बाहेर तर चांगलाच गारठा होता आणि हे अंगावर पांघरूण घ्यायला तयार नव्हते. का?

पुन्हा एकदा माझ्या मनाने या प्रश्नाचे उत्तर दिले.

मग मात्र माझ्याने राहवेना. मी त्यांच्याशेजारी डोके ठेवून हमसाहमशी रडू लागले.

माझ्या रडण्याने ते जागे झाले नाहीत. उलट रडता रडता मीच केव्हा तरी गाढ झोपी गेले.

मला जाग आली, ती दूरवरून येणाऱ्या रडण्याच्या आवाजानेच.

धक्क्यासरशी मी उठून बसले.

ते बिछान्यात नव्हते.

मी घाईघाईने सगळ्या खोल्या पाहिल्या. यांचा कुठेच पत्ता नव्हता.

मी दार उघडून बाहेर आले.

पुन्हा एकदा माझ्या कानांवर रडण्याचा आवाज आला.

त्या दिशेला मी लांबवर नजर टाकली. समुद्रावरच्या वाळूत कुणीतरी बसले होते; पण आकृती माणसाची वाटत नव्हती.

चंद्र माथ्यावर आला होता. त्याच्या प्रकाशात पाणी झळाळत होते, वाळूदेखील रुपेरी झाली होती.

मी त्या काळ्या आकृतीच्या रोखाने निघाले.

जवळून पाहिल्यावर कळले की, ते माझे पतीच होते.

दोन्ही हात वाळूत रोवून, गुडघे पोटाशी घेऊन ते बसले होते. म्हणूनच लांबून ते माणसासारखे दिसत नव्हते.

त्यांनी तोंड चंद्राकडे केले होते आणि विव्हळल्यासारखा चमत्कारिक आवाज त्यांच्या तोंडून निघत होता. डोळे उघडे होते आणि चंद्रप्रकाशात विचित्रपणे चमकत होते.

मी त्यांना बऱ्याच हाका मारल्या, तरी त्यांनी माझ्याकडे लक्ष दिले नाही. अखेरीस मी खांद्याला धरून त्यांना हलवले, तसे त्यांनी वळून माझ्याकडे पाहिले आणि एकदम जबडा वासला. मी भीतीने चटकन मागे झाले. चंद्रप्रकाशात त्यांच्या जबड्याच्या दोन्ही बाजूंना नवीनच आलेले दोन सुळे चकाकले.

"घाबरू नकोस – घाबरू नकोस –" असे पुन:पुन्हा मनाला बजावीत मी त्यांना उठवले. "चला ना, घरी चला. इथें काय करताय गारठ्यात?" मी त्यांना हलकेच म्हटले.

ते उठून उभे राहिले. क्षणमात्र त्यांनी माझ्याकडे पाहिले आणि ते घराच्या दिशेने पळत सुटले.

मी समजून चुकले.

माझ्या पतीचा मेंदूही आता माणसाचा राहिला नव्हता.

सारे काही कमालीच्या वेगाने घडत गेले. त्यांना लोकांपासून दूर आणून ठेवण्याची 'डॉक्टरां'ची कल्पना किती बरोबर होती, हे माझ्या लक्षात आले. त्यांच्या शरीरात फार भराभर फरक पडत होता. त्या साऱ्या घटनांपासून मी आता पुष्कळ दूर आले आहे, म्हणून निदान हे सांगता तरी येते; पण प्रत्यक्ष त्या दिवसांमध्ये मी कायमची जीव टांगणीला लावून होते. काय करावे काही सुचत नव्हते. सगळीकडे अंधार पसरला होता. दररोज सकाळी उठल्याबरोबर

यांच्यात नवीन काय फरक पडला आहे, हे पाहण्याचीसुद्धा मला आता शक्ती राहिलेली नव्हती. म्हणा ते पाहण्याची गरज नव्हतीच. दिवसेंदिवस त्यांच्यामधले माणूसपण कमी कमी होत चालले होते आणि ते एखाद्या मोठ्या काळ्या जनावरासारखे दिसू लागले होते. त्यांच्या हातापायांचा घाट बदलला. त्यामुळे त्यांच्या उठण्याबसण्याच्या पद्धतीत फरक पडला. अंगभर लव पसरली. चेहरा निमुळता होऊ लागला. हे वर्णन करतानादेखील माझ्या अंगावर शहारे येताहेत. जाऊ दे. थोडक्यात सांगायचे तर त्या दिवसांमध्ये मी एका भयाण स्वप्नात वावरत होते, आणि स्वप्नामध्येच जसा माणसाचा आकार बदलून एखादे भीषण रूप धारण करील, तसा तो बदलताना प्रत्यक्ष पाहत होते.

यांच्या सवयीदेखील माणसाच्या राहिल्या नव्हत्या. बोलणे तर अजिबात तुटले होते. अधूनमधून ते तोंडाने काही चमत्कारिक आवाज करीत, तेवढेच. जेवण कमी कमी होऊ लागले होते. झोपतानादेखील ते एखाद्या प्राण्यासारखे अंग पसरून देत.

तरीही अजून त्यांचे माणूसपण एका गोष्टीत शिल्लक होते त्यांच्या, माझ्याकडे पाहण्याच्या नजरेत. इतक्या करुण, आर्त नजरेने ते माझ्याकडे पाहत की, तसे पाहणे कुठल्याही जनावराला अशक्य होते. त्यांनी माझ्याकडे तशी टक लावली की, मला भडभडून येई. काही क्षण तरी माझी भीती, घृणा सारे काही विसरून मी त्यांच्या डोक्यावर हलकेच थोपटीत बसून राही.

'डॉक्टर' प्रयत्नांची शिकस्त करीत होते. दररोज ते इंजेक्शने देत. पुढे पुढे इंजेक्शने देणे अशक्य होऊ लागले. तेव्हा ते पोटात औषधे देऊ लागले. तरीही रोग दिवसेंदिवस हाताबाहेर चालला होता. आमची ओळख न देता यांच्या आजाराविषयी जेवढ्या डॉक्टरांशी चर्चा करता येईल तेवढी डॉक्टर करीत होते. दररोज नवीन नवीन औषधे वापरून पाहत होते; पण कणभरही गुण येत नव्हता. त्या भयानक रोगावरची आमची उपाययोजना म्हणजे एखाद्या प्रचंड राक्षसाशी टाचणीने सामना देण्यासारखे होते. यांचे माणूसपण भोवऱ्यात सापडलेल्या काटकीसारखे झपाट्याने नाहीसे होऊ लागले होते.

तरीदेखील मी खुळी आशा ठेवून होते की, ते परत माणसात येतील!
केवळ त्यांच्या नजरेवरून!

आणि एके दिवशी तीदेखील आशा संपली. त्यांच्या नजरेतील माझी ओळखही पुसली गेली. तिथे एक कायमचा गरीब, गढूळ भाव पसरला. माझ्या हालचाली-बरोबर त्यांची नजर फिरेनाशी झाली. ते मला ओळखत, पण नजरेने नव्हे – हुंगून.

हे लक्षात आले त्या क्षणी मात्र मी कायमची खचले. त्यांना सोडून मी बाहेरच्या खोलीत आले आणि हमसाहमशी रडत जमिनीवर कोसळले.

'डॉक्टर' माझ्याजवळ आले. माझ्या शेजारी जमिनीवर बसले. माझे दोन्ही खांदे धरून त्यांनी मला उठविले.

''काय करू हो डॉक्टर आता मी? काय करू?'' मी स्फुंदत स्फुंदत म्हणाले.

यावर ते नेहमीप्रमाणे काहीतरी धीराचे बोलतील अशी माझी अपेक्षा होती; पण त्यांनी जे केले, ते मात्र मला सर्वस्वी नवीन होते.

त्यांनी एकदम मला मिठीत घेतले.

मी गुदमरून गेले. आधारासाठी मी इतकी व्याकूळ झाले होते की, मला ती मिठी सोडावी असे वाटत नव्हते; पण माझे काहीतरी चुकले आहे, अशी रुखरुख मात्र वाटल्यावाचून राहत नव्हती.

– पण अचानक ती मिठी सैल झाली. मी डॉक्टरांकडे पाहिले. ते माझ्या पाठीमागच्या दरवाजाकडे गोंधळून जाऊन बघत होते.

मी चटकन वळून पाहिले.

दरवाजात 'हे' उभे होते.

मी लगेच त्यांच्याजवळ गेले.

त्यांच्या डोक्यावर थोपटल्यासारखे केले आणि त्यांना खोलीत घेऊन गेले. एका ताटलीत थोडे मटण काढले आणि ताटली त्यांच्यासमोर ठेवली.

पण त्यांनी ताटलीला तोंडही लावले नाही.

मी त्यांना म्हटले, ''रागावू नका. तुम्हाला काय वाटतं ते मी समजू शकते; पण तुम्ही उगाच राग धरू नका. डॉक्टर आजवर कधीच असे वागले नाहीत. आज त्यांच्या मनाचा तोल सुटला असेल. तोदेखील मला रडताना पाहून. शिवाय तुमच्यासाठी किती कष्ट करतात ते! आणि ते कसेही का वागेनात, माझ्यावर विश्वास आहे ना तुमचा?''

यांचा राग गेला असावा; कारण बराच वेळ ते माझ्या मांडीवर डोके ठेवून स्वस्थ पडून राहिले. मग आपणहूनच ताटलीजवळ गेले, आणि त्यातले मटण खाऊन ती चाटून-पुसून स्वच्छ करून टाकली.

– पण दुसरा दिवस उजाडला, तो याहूनही भयंकर!

रोजच्या सवयीने मी काम आटोपून यांना उठविण्यासाठी खोलीत गेले.

– आणि मला जे दिसले, त्याने मी किंचाळतच मी खोलीबाहेर गेले.

यांच्या जागी एक मोठा काळाकभिन्न लांडगा जीभ पाजळत उभा होता!

मी कशीबशी घराबाहेर पडले, कडी लावून घेतली आणि पळत सुटले.

रिक्षात बसले, तेव्हा माझा अवतार प्रेक्षणीय झाला असावा; कारण रिक्षावालाही माझ्याकडे क्षणभर पाहतच राहिला.

त्याला 'डॉक्टरां'चा पत्ता देऊन मी थोडी स्वस्थ झाले. वाटू लागले, मी हे काय केले? आजवर कधीच मी यांना एकटे सोडून आले नव्हते.

भीती? – कुणाची भीती? लांडग्याची? छे, छे. ते तर माझे पती होते. त्यांना घाबरून कसे चालेल? आणि कशाला घाबरायचे? ते काय करणार होते मला?

रिक्षा 'डॉक्टरां'च्या घराशी थांबली; पण ते घरी नव्हते. दवाखान्यातही नव्हते. कुणीतरी सांगितले की, ते लॅबोरेटरीमध्ये गेले आहेत.

मी रिक्षा लॅबोरेटरीकडे घ्यायला सांगितली. मनाचे कितीही समाधान केले तरी मला एकटीला परत जाण्याचे धाडस नव्हते. या क्षणी मला 'डॉक्टरां'च्या सोबतीची विलक्षण गरज होती.

रिक्षा सोडून मी एकटीच लॅबोरेटीत गेले.

दरवाजा उघडाच होता.

मी तो हळूच लोटला. स्प्रिंगचा असल्यामुळे परत येऊन आपटला.

तेवढाच आवाज! बाकी सारे शांत होते.

मी आत गेले.

लॅबोरेटरी तशी छोटीच होती. भिंतींना पांढराशुभ्र रंग दिलेला होता. सगळीकडे गडद शांतता पसरली होती; त्यामुळे ते एक मोठे थडगेच वाटत होते.

"डॉक्टर..." मी हलकेच हाक मारली. "डॉक्टर ऽ" आता मी जरा मोठ्याने हाक मारली.

दोन्ही हाकांचे प्रतिध्वनी आले; पण हाकेला 'ओ' मिळाली नाही.

एक छोटी भट्टी रसरसत होती. जवळच थंड होण्यासाठी कसले तरी रसायन ठेवले होते. मी पुढे गेले. टेबलावर छोट्या-मोठ्या बंद बाटल्या पसरल्या होत्या. आणि तिथेच एक डायरी पडली होती.

माझ्या मनात काय आले कुणास ठाऊक, मी ती डायरी चाळली.

तिच्यात यांच्या आजाराविषयी लिहिलेले दिसत होते. त्या टिपणांवरून मला यांचे भविष्य कळू शकले असते. 'डॉक्टर' मला धीर देत; पण खरोखरीच आशेला जागा होती किंवा नाही – 'डॉक्टर' जे मला सांगून शकत नव्हते ते –

डायरी घरी न्यावीशी वाटू लागली. 'डॉक्टर' परवानगी देणार नाहीत हे उघड होते. लपवून नेण्याइतकी ती डायरी छोटी नव्हती.

मी आजूबाजूला चाहूल घेतली. सारे शांत होते.

मी डायरीतील काही पाने टरकावली. घडी करून ती ब्लाउजमध्ये लपविली.

आणि वळते तर दारात सावली पडली. 'डॉक्टर' नेहमीच्याच शांतपणाने पुढे आले. माझी गोंधळलेली मुद्रा पाहून म्हणाले, "डायरी कुठं आहे?"

मी अधिकच गोंधळले. म्हणाले, ''मी घेतली नाही.'' पण त्यांचा विश्वास बसणे कठीण होते; कारण डायरी टेबलावर नव्हती.

इतक्यात त्यांना ती दिसली. गडबडीत ती टेबलाच्या खाली पडली होती. ''वाचलीस तू ती?''

''नाही; पण मला सांगा ना, काय आहे तिच्यात? हे कायम असेच राहणार का? की सुधारण्याची काही आशा आहे?''

'डॉक्टर' गंभीर झाले. ''तुला मन घट्ट करायला पाहिजे.'' ते म्हणाले, ''तो पुन्हा माणूस होणार नाही.''

''मग इतके दिवस हे लपवलंत कां तुम्ही? पहिल्यांदाच का नाही सांगून टाकलंत? कां खोटी आशा लावलीत?'' बोलता बोलता मी डायरीवर झडप घातली.

पण 'डॉक्टर' बेसावध नव्हते. त्यांनीही डायरीवर हात टाकला होता. माझ्यात कुठून बळ आले कुणास ठाऊक; पण ती डायरी मिळविण्यासाठी मी जिद्दीने झगडत राहिले. 'डॉक्टर'ही ती हातची सोडायला तयार नव्हते.

खेचाखेची करीत आम्ही भट्टीच्या किती जवळ आलो होतो, हे आमच्या लक्षात आले नव्हते.

– ते लक्षात आले ते डायरी आमच्या हातातून सुटून भट्टीत पडली, तेव्हा क्षणार्धात त्या डायरीचा घास करून टाकणाऱ्या ज्वालांकडे पाहत 'डॉक्टर' गंभीरपणे म्हणाले,

''वेल, नाऊ यू नो द ट्रूथ.''

मी आणि 'डॉक्टर' घरी आलो तेव्हा बरोबर एक साखळी आणली होती. त्या साखळीकडे नजर जाताच पुनःपुन्हा माझे डोळे भरून येत. माझी समजूत घालण्याचा प्रयत्न 'डॉक्टरा'नी एकसारखा चालविला होता. त्यांच्या मते लांडग्या-सारखे हिंस्र जनावर मोकळे ठेवणे धोक्याचे होते.

त्यांचे म्हणणेही किती योग्य होते याचा प्रत्यय ताबडतोब आला; कारण आम्ही घरी आलो तेव्हा खिडकीच्या काचा फुटलेल्या होत्या आणि यांचा पत्ताच नव्हता.

पण थोड्याच वेळाने ते परत आले. त्यांचे पंजे काचा फोडल्यामुळे रक्ताळलेले होते. आम्ही दोघांनी त्यांना साखळीने बांधून ठेवले. त्यांनी कसलाही विरोध केला नाही. मी त्यांच्या पंजांना औषध लावले. त्यांचे हाल माझ्याने पाहवत नव्हते.

त्यानंतर एक-दोन दिवसांनीच 'डॉक्टरां'नी मला ती भयंकर कल्पना ऐकविली.

''तुझ्यासमोर असं बोलणं हे एक धाडस आहे; पण इलाज नाही. काळजाचा दगड करून तुला आल्या प्रसंगाला तोंड दिलं पाहिजे.'' ते मला म्हणाले.

"सांगा. आता काहीही ऐकायची माझी तयारी आहे." मी बधीरपणे उत्तरले.

"त्याला जिवंत ठेवून चालणार नाही." डॉक्टर शक्य तितक्या मृदूपणे म्हणाले. तरीही मला बसायचा तो धक्का बसलाच!

"आता तो बरा होणार नाही. तो या पंथाला लागू नये यासाठी आपण प्रयत्नांची शिकस्त केली; पण आता तो जिवंत राहिला तर त्याचे हाल होतीलच, पण तुझ्यावरही एखादा बरावाईट प्रसंग – जिवंत लांडग्याबरोबर राहणे शक्य नाही तुला."

'डॉक्टरां'चे सांगणे पटत होते; पण मन तरीही पटवून घ्यायला तयार नव्हते.

"पण मी – मी कशी त्यांना मरू देऊ? माझं अजूनही त्यांच्यावर पूर्वीइतकंच प्रेम आहे."

"त्या प्रेमापोटीच तुला हे करायला हवं. तो फार काळ इथं राहू शकणार नाही. आजूबाजूच्या लोकांना कळलं तर त्याची शिकार केली जाईल." डॉक्टरांचा स्वर अगदी मुलायम बनला. "तू एक गोष्ट विसरतेस..." ते अगदी कानात सांगितल्या-प्रमाणे म्हणाले, "तुझं त्यांच्यावर आहे तितकंच, किंबहुना थोडं अधिकच प्रेम मी तुझ्यावर करतो."

"माहीत आहे मला." मी खाली पाहत म्हणाले.

"आपण दोघांनीही त्यांच्यावर प्रेम केलं. त्या प्रेमाचाच धागा आपल्यामध्ये तयार झाला आहे. एकाच दुःखानं आपण जोडलो गेलो आहोत. आपण एकत्र येण्यात काही पाप आहे असं तुला वाटतं?"

"नाही." मी हलकेच म्हणाले, "मी फक्त त्यांचा विचार करीत होते."

"तो विचार आता माझ्यावर सोपवून तू निर्धास्त रहा." डॉक्टर म्हणाले.

त्या रात्री डॉक्टर पुन्हा आले. वाळूत बसून आम्ही पुढचा सारा बेत तपशीलवार ठरविला.

पौर्णिमेच्या रात्री आम्ही त्यांना गोळी घालायची ठरविली.

पौर्णिमेला तीन दिवस होते.

मी यांचे खाणे जवळजवळ बंद करून टाकले होते.

मी एकसारखी त्यांच्याशी बोलत बसे. तासन्तास त्यांना समजावीत राही. त्यातले कितीसे त्यांना समजत असे कुणास ठाऊक! पण ते शांतपणे ऐकत असत. मी अजूनही त्यांच्या डोक्यावर थोपटीत असे. माझी भीती साफ नाहीशी झाली होती. मन कमालीचे कठोर झाले होते.

हे उपासाने चिडले होते. फारच झाले तर मी त्यांना थोडेसे मटण देत असे.

पौर्णिमेची रात्र उगवली.

'डॉक्टर' रायफल घेऊन आले.

मी यांना घेऊन वाळूत गेले.

पाणी चंद्रप्रकाशात धार काढलेल्या हत्यारासारखे लखलखत होते.

'डॉक्टरां'नी रायफल उचलली.

मग काय झाले कोण जाणे, ते थबकले. मला म्हणाले, "माझ्यानं हे होईलसं वाटत नाही. मी डॉक्टर आहे. माझा जन्म पेशंट्सना जगवण्यासाठी आहे. मारण्यासाठी नव्हे."

हे बोलताना 'डॉक्टरां'चा चेहरा खरेच फार मोहक दिसत होता. चंद्रप्रकाशात तो उजळून निघाला होता. त्यांच्या कुरळ्या बटांत चांदणे खेळत होते.

मी हताशपणे हसले, "मला वाटलंच डॉक्टर की, तुम्ही आयत्या वेळी कच खाल. आणा ती रायफल इकडे." मी हात पसरले.

"तू? तू मारशील त्याला?" डॉक्टर आश्चर्याने म्हणाले.

"होय, डॉक्टर. यांना शांती मिळवून देणं हे माझं कामच आहे. त्यांच्या सुखाकरिता मी आजवर मागे पाहिलं नाही. आताही मी कचरणार नाही. तुमच्या-सारख्या तिऱ्हाइतानं हत्येचं पाप का घ्यावं? पण मला ते घ्यायला हवं. ते माझ्या नशिबातच लिहिलेलं आहे."

मी रायफल कशी वापरायची हे त्यांच्याकडून नीट समजावून घेतलं.

इतका वेळ ते एखाद्या पाळीव कुत्र्यासारखे शांत बसून होते. मी रायफल हातात घेतली आणि त्यांनी चंद्राकडे पाहून एक विव्हळल्यासारखी आरोळी ठोकली. ती आरोळी रक्ताचे पाणी पाणी करून टाकणारी होती.

मी त्यांच्याजवळ गेले.

'डॉक्टर' पुतळ्यासारखे उभे होते.

वाळूचा पट्टा चमचमत होता.

मी यांच्या अगदी जवळ गेले. त्यांच्या डोक्यावर थोपटले आणि हलकेच म्हणाले, "लक्षात आहे ना मी सांगितलेलं सारं? जा, हीच वेळ आहे –"

मी डॉक्टरांच्या दिशेने हात उडविला.

दुसऱ्याच क्षणी हे डॉक्टरांवर तुटून पडले.

"बंदूक झाड – बंदूक झाड" असे काहीसे ओरडत डॉक्टर पळत होते; पण वाळूत पळणेही कठीण होते.

मी हातातली रायफल खाली फेकून दिली.

दूरवर मला एवढेच दिसले की, यांनी 'डॉक्टरां'ना वाळूत लोळवले आहे आणि डॉक्टर आक्रोश करीत सुटकेचा केविलवाणा प्रयत्न करीत आहेत. त्यांची सुटका होणे अगदीच अशक्य होते म्हणा – हे तीन दिवसांचे उपाशी होते.

पण इतक्यात एक बार ऐकू आला.
माझ्या हातात तर रायफल नव्हती.
मग हा बार कुठून झाला?
– हे पडताना दिसले आणि मी बेशुद्ध झाले.

मी शुद्धीवर आले तेव्हा माझ्याजवळ दोन मध्यमवयीन गृहस्थ बसले होते.

"लांडग्यानं त्या माणसाच्या चिंधड्या केलेल्या तुम्ही पाहिल्यात वाटतं? त्याचा जबरदस्त धक्का बसलाय तुमच्या मनाला. आम्ही त्या लांडग्याची आरोळी ऐकल्याबरोबरच बाहेर पडलो; पण दुर्दैवानं आम्ही तिथं पोहोचेपर्यंत फार उशीर झाला होता – मेलेला माणूस ओळखण्यापलीकडे गेलाय."

मी चांगलीच ओळखत होते त्याला... माणूस म्हणण्याच्या लायकीचा नव्हता तो... संशोधन मात्र जबरदस्त करीत असे. लांडग्याच्या विषाचं इंजेक्शन – टॉयफॉईडमधून उठलेल्या माणसाला पुन:पुन्हा – त्याचा पुरता लांडगा होईपर्यंत – केवळ त्याच्या बायकोवर डोळा ठेवून.... पुरावा आहे माझ्याजवळ – इंजेक्शनचा फॉर्म्युला आहे – त्याच्याच डायरीतल्या कागदांमध्ये लिहिलेल्या – त्याला अर्थात ते माहीत नव्हते – कारण ती फाटकी डायरी मी भट्टीत टाकली – त्याला वाटले की, ती चुकून पडली.

– पण मी... काहीच बोलले नाही. त्या माणसाशी ओळख दाखवली नाही. आता मला त्याच्याशी काही कर्तव्य नव्हते. माझा सूड मी घेतला होता.

मी फक्त एवढेच म्हटले, "गेले दोन दिवस माझे यजमान बेपत्ता होते. तुम्हाला काय वाटतं – त्या लांडग्यानं तर –"

त्यांनी मान डोलावली. "वुई आर व्हेरी सॉरी – पण तुमची शंका बहुधा खरी असावी. लांडग्याची जात ही अशीच. एकदा एखाद्या भागात त्यांचा धुमाकूळ सुरू झाला की – पण आता तुम्ही काळजी करू नका. तुमच्या पतीच्या वाटचा सूड आम्ही घेतलाय त्या जनावराला मारून."

"मीदेखील." मी मनातल्या मनात म्हटले.

"तो पशू आमच्या हातून मेला." दुसरा शिकारी म्हणाला, "पण अन्‌फॉर्च्युनेटली, त्या पशूच्या हातून एक माणूस मारला गेला."

तुम्ही त्या पशूला मारलेत त्या पशूनं एका माणसाला मारले!

– झाला तो प्रकार नेमका उलट झाला, हे त्यांना कधीच कळणार नव्हते.

♦

꧁ असाही एक कलावंत ꧂

"कोण पाहिजे?"

एकदम प्रश्न आला आणि मी दचकलो. दचकलो, तशी गंमतही वाटली, स्वतःच्या दचकण्याची.

पण आता तुम्हीच पाहा, मी एवढा तीन पायऱ्या चढून गेलो. इकडे तिकडे पाहत, बावळटासारखाच का होईना, पण उभा राहिलो. तर कोणाचा पत्ता नाही. आणि एकदम कुणी बगळ्यासारखी मान काढून विचारले, "कोण पाहिजे?" मग नाही होणार दचकायला?

आता मानेचा मालक बाहेर आला.

एकदम लुंगासुंगा. पट्ट्यापट्ट्यांचा लांब हाताचा सदरा आणि लेंगा. तो मात्र पट्ट्यापट्ट्यांचा नाही. मळकट पांढरा. बहुधा त्याच्या लेंग्यावरूनच मला 'लुंगासुंगा' हा शब्द आठवला असावा.

हो, असे होते आपले. एखाद्या वस्तूवरून आपण आपले पटकन ते नावच ठेवतो माणसाला.

त्यातून हा लेंगेवाला अगदी लुंगासुंगाच होता. फारच बावळट म्हणजे लोक मला बावळट म्हणतात, पण मी नक्कीच याच्याहून स्मार्ट असणार. पण हा म्हणजे अगदी लिमिट. 'लावी पक्षीण आणि तिची पिल्ले' या धड्यावर लावीच्या पिल्लांचे चित्र असते ना, तसा. आणि त्यातून मान बगळ्यासारखी लांब.

मला हसूच आले त्याचा अवतार पाहून.

"कोण पाहिजे?" त्याने पुन्हा लकडा लावला. म्हणजे पुरते हसू काही दिले नाही मला.

"कोण पाहिजे?" घड्याळ्यातल्या, 'कुक् कुक्' असे मान बाहेर काढून ओरडणाऱ्या पक्ष्यासारखा तो तेच तेच परत विचारीत राहिला. अरे, म्हणजे माणसाला विचार करायला काही वेळ हवा की नको?

"नानासाहेब." मी फाडकन विचार न करता सांगितले. बरोबर आहे. नाना-

साहेबांच्या घरी मी येणार, ते काय या लुंग्यासुंग्या लावीच्या पिल्लाला भेटायला?

"वर आहेत." लुंगासुंगा माडीकडे बोट दाखवीत म्हणाला.

मी लेंगा सावरीत वर जायला निघालो. एवढ्यात आणखी, एक कुत्रा येऊन जोरजोराने भो भो करून भुंकू लागला.

मी थांबलो. हो – आपल्याला बुवा कुत्र्यांची भीती वाटते. त्यातून तो चावला तर पोटरी जाईलच, पण लेंगाही फाटेल.

"जा तुम्ही. तो काही नाही करायचा." लुंगासुंगा म्हणाला.

मला या लोकांची गंमत वाटते. एक तर हे, काही न करणारे कुत्रे पाळतात कशाला? वर ते लोकांच्या अंगावर सोडतात कशाला, आणि मग तोंडभर हसून 'घाबरू नका' म्हणतात कशाला?

पण हे माझे स्वत:चे मत झाले. लोकांचे मत काही वेगळे असू शकेल; कारण माझे डोके जगावेगळे आहे, असे आई म्हणायची, पूर्वी – म्हणजे ती जिवंत असताना. आता ती वारली आणि तिचे पिशाच्च झाले असल्यास मला तरी निदान ते भेटत नाही. म्हणून तिचे पूर्वीचेच मत सांगितले. आज ती जिवंत असती तरी तिचे मत कायम असते; कारण माझे डोके बदललेले नाही.

मी घाबरलेला पाहून लुंग्यासुंग्याने कुत्र्याला आवरले. त्याला घरघर लागली होती. मी सावकाश माडी चढून आदबशीरपणे जाऊ लागलो.

मी स्वत:चा वेळ मुळीच फुकट घालवीत नाही. शक्य तेवढा वेळ विचारांत घालवतो. आता पायऱ्या चढत असतानादेखील मी तीन विचार केले : १. कुत्रा चावला नाही हे बरे झाले. २. लुंग्यासुंग्या हा नानासाहेबांचा मेहुणा किंवा चुलत भाचा असेल. ३. नानासाहेबांसारख्या थोर साहित्यिकांकडे आदबशीरपणे किंवा वेगळ्या शब्दांत म्हणजे जिन्यावर चपला न वाजविता जायला हवे.

जगात फार थोडे लोक माझ्या पद्धतीने विचार करीत असतील. म्हणजे बहुतेकांना विचार करता येत असेल; पण आपण किती विचार केले, हे मोजता काही येत नसेल.

विचार करीत करीत मी माडीवर पोहोचलो, तर समोरच नानासाहेबांची भारदस्त मूर्ती विराजमान झालेली! त्यांचे वजन पेलूनही, झोपाळा हलू शकत होता, हे त्याच्या कर्रकर्र आवाजावरून सिद्ध झाले. लहानसहान निरीक्षणावरून मोठे निष्कर्ष काढण्याची माझी पद्धतीही जगात फार थोड्या लोकांना अवगत असावी.

नानासाहेब प्रख्यात साहित्यिक नसते, तर ते कोळसेवाले झाले असते, असे त्यांच्या एकंदर स्वरूपावरून वाटले. त्यांचा वर्ण त्या धंद्याला अधिक

अनुरूप होता. आकार बेढब, बुटकेला. थोडक्यात, गल्ल्यावर बसण्यास योग्य असा होता. डोळ्यांवरच्या चष्म्यामुळे मात्र ते थोडेफार बुद्धिमान वाटत होते.

मला नानासाहेबांविषयी भयंकर आदर होता. आदर 'भयंकर' असण्याचे कारण त्यांच्या एकापेक्षा एक भयानक रहस्यकथा. महिन्याला ते सात-आठ रहस्यकथा लिहीत आणि प्रत्येक रहस्यकथेत सात-आठ खून पाडीत. आता दरमहा एकूण पन्नास ते चौसष्ट खून पाडणे, मग ते पुस्तकात का होईना, सोपे आहे, असे तुमचे म्हणणे असेल, तर तुमचे-आमचे जमणे कठीण.

"कोण आहे?" बसल्या बसल्या नानासाहेबांनी विचारले.

"मी आहे." मी प्रामाणिकपणे सांगितले.

"मी कोण?" त्यांनी विचारले.

या प्रश्नाला उत्तर न देताच मी पुढे झालो आणि त्यांनी 'बसा' म्हणायच्या आत पटकन तिथल्याच एका खुर्चीवर बसलो. नखे खाण्यासाठी हात तोंडाकडे चालला होता; पण तो मी वेळीच आवरला. नानासाहेबांचे माझ्याविषयी वाईट इंप्रेशन होऊन चालले नसते.

"कोण तुम्ही?" त्यांनी परत विचारले. मी दबकत नाव सांगितले.

"काय काम होते?"

"मला आपल्याशी थोडं बोलायचं होतं." मी विनयशीलपणे सांगितले.

"बोला." झोपाळा करकरला.

"मला एक खून करायचा आहे." मी नम्रपणे सांगितले, "त्यासाठी मला आपली मदत हवी."

मी विशेष असे काय सांगितले कुणास ठाऊक! पण नानासाहेबांना फारच आश्चर्य वाटलेले दिसले. वास्तविक 'खून' ही गोष्ट त्यांना तशी नेहमीचीच. महिन्यातून ते सात-आठ गुणिले सात-आठ खून कादंबऱ्यांमधून पाडतात, तेव्हा कुणाला एखाद-दुसरा खून करायचा असल्यास, त्याचे त्यांना आश्चर्य वाटायला नको होते.

पण आश्चर्य वाटले हे सत्य आहे. एवढेच नाही तर त्यांनी जवळच्या नॅपकिनने खसखसा घामदेखील पुसला.

"तुम्हाला काय करायचं आहे?" त्यांनी पुन्हा एकदा खात्री करावी, तसे विचारले.

"मला एक खून करायचा आहे." मी म्हटले.

एवढ्यात लुंगासुंगा त्यांच्यासाठी दूध घेऊन आला. सोबत कसल्याशा पावडरची पुडी. नानासाहेबांनी पावडर तोंडात टाकली आणि वर दूध पिऊन एक लहानसा, म्हणजे साधारण पाव इंच, बाय पाव इंच, अशा साइझचा ढेकर

दिला. लुंगासुंगा ग्लास घेऊन जाईपर्यंत मी नखे कुरतडली, तीन.

मधला हा व्यत्यय दूर होताच आमचे संभाषण पुन्हा सुरू झाले.

"कुणाचा खून करायचाय तुम्हाला?" नानासाहेबांनी आस्थेने विचारले.

"कुणाचा असा नाही, कुणाचाही चालेल." मी गंभीरपणे सांगितले.

झाले! पुन्हा नानासाहेबांना आश्चर्य वाटले!

आता चित्रकार जेव्हा म्हणतो की, मला पोर्ट्रेट करायचा आहे. विशिष्ट व्यक्तीचा नाही – कुणाचाही चालेल, तेव्हा ते ऐकणाऱ्याला आश्चर्य वाटते का?

पण खून या गोष्टीकडे अजून कला म्हणून पाहण्याइतके जग सुधारलेले नाही. अजूनही खून म्हणजे एखादी समाजविघातक गोष्ट असा लोकांचा बुरसटलेला समज आहे. शिवाय यशस्वी खून करणारे श्रेष्ठ कलावंत नेहमी अंधारातच राहतात. त्यामुळे खऱ्या गुणांची पारखही होत नाही.

असो. तर मी थोडक्यात नानासाहेबांना समजावून सांगितले की, माझे कुणाशी वैर नाही किंवा मला कुणाच्या मरणापासून काही फायदासुद्धा होण्यासारखा नाही. शिवाय असल्या कारणासाठी खून करणे मला अत्यंत सांकेतिक वाटते. माझा खुनाविषयी दृष्टिकोन एकदम स्वतंत्र आणि नवीन आहे. चांगला खून ही एक कलाकृती असून, त्यासाठी कुठलेही कारण शोधणे हे कलेच्या हेतूलाच मारक आहे, असे माझे मत होते! नृत्य कशासाठी करतात? संगीत कशासाठी असते? केवळ कलानंदासाठीच ना? मग खून मात्र करण्यामागे एखादा हेतू हवाच, असा आग्रह का?

माझे सगळे प्रतिपादन करून झाले, तेव्हा नानासाहेबांना थकवा आल्यासारखा दिसला. ते उठले आणि कोपऱ्यात ठेवलेल्या माठाचे पाणी घटघटा प्याले.

"फारच स्वतंत्र आहे तुमचा दृष्टिकोन!" ते परत येऊन झोपाळ्यावर बसत म्हणाले. आता त्यांना माझ्याविषयी चक्क आदर वाटू लागल्याचे त्यांच्या नजरेवरून कळत होते. "पण दुर्दैवानं तुमची मतं लोकांना पटतील, असं मला वाटत नाही. विशेषत: पोलीस खातं! त्यांना तुमच्या मताविषयी सहानुभूती असणं शक्यच नाही."

"पोलीस?" मी हा: हा: करून हसलो. "पोलिसांना कुठल्या कलेतलं काय कळतं? साध्या चित्रकलेतलंसुद्धा पोलिसांना काही कळत नाही. शिवाय असं पहा, आजवरचा इतिहास काय आहे? प्रत्येक सच्च्या कलावंताला समाजाशी टक्कर द्यावी लागली आहे!"

नानासाहेबांनी मान डोलावली. ते निरुत्तर झाले होते.

"– आणि यासाठीच मी तुमच्याकडे आलो." मी माझा मुद्दा त्यांच्या गळी उतरवीत म्हणालो, "खरा कलावंत हा नेहमीच दुसऱ्या कलावंताला दाद देतो.

तुमच्या भयकथा, रहस्यकथा आजवर मी अधाशासारख्या वाचून काढल्या आहेत. नव्हे, त्यांतील रहस्यांचा बारकाईने अभ्यास केला आहे. माझी खात्री पटलीये की, तुम्ही थोर कलावंत आहात. खून करण्याच्या कलेतले बारकावे तुम्ही टिपू शकता. मला वाटतं की, मी केलेल्या खुनाचं खरं कौतुक तुम्हीच करू शकाल.'' बोलता बोलता माझ्या डोळ्यांत पाणी आले. ''कधीकाळी मी जर एखादा उत्कृष्ट खून जगाला बिलकूल कळू न देता करू शकलो आणि माझी कला जरी जगाला अज्ञातच राहिली, तरी नानासाहेब, त्या कलाकृतीचे तुम्ही एकटेच साक्षीदार असाल. त्याच्या सौंदर्याविषयी आपण दोघेच मनमोकळं बोलू शकू आणि तुम्ही एकटेच माझ्या पाठीवर शाबासकीची थाप ठोकाल!''

मी रुमालाने डोळे पुसले आणि काही काळ नखे खात तसाच बसून राहिलो. नानासाहेबही भारावून गप्प बसले होते. दोन मिनिटं कोणीच काही बोलू शकले नाही; पण त्या दोन मिनिटांत माझ्या मनात विचार आले, ते असे की,

१. माझे भाषण काहीसे नाटकी वाटले, तरी त्याचा नानासाहेबांवर परिणाम झालेला आहे.

२. पुढे होणाऱ्या खुनासाठी आम्ही आताच दोन मिनिटे शांतता पाळीत आहोत.

दुसऱ्या मिनिटाच्या अखेरीस मी नानासाहेबांना म्हटले, ''बोला - कुणाचा खून करावा?''

मी लगेच असा रोखठोक प्रश्न करीन, अशी त्यांची अपेक्षा नसावी. त्यामुळे ते क्षणभर गांगरले. जाडजूड, काळाकुट्ट मनुष्य गांगरलेला चांगला दिसत नाही, असे आपले माझे एक निरीक्षण आहे.

''म्हणजे? - खरोखरीच तुम्ही खून करणार?''

मग इतका वेळ मी काय सांगत होतो यांना? मला एकदम शंका आली –

''मी वेडा आहे, असं तर नाही ना तुम्हाला वाटत?'' मी विचारले. कारण माझ्या वागण्यावर नेहमी ती एक सांकेतिक प्रतिक्रिया असते.

''छे छे! तुम्ही चांगलेच बुद्धिमान आहात. उलट मला स्वतःलाच वेड लागलंय की काय असं वाटू लागलंय.'' नानासाहेबांनी सांकेतिकच विनोद केला; पण त्यांना वाईट वाटू नये, म्हणून मी हसलो.

''खून करायचा, तर तुम्ही अशा एखाद्या व्यक्तीचा करावा...'' नानासाहेब म्हणाले, ''की, जिच्या आयुष्यात जगण्यासारखं काही राहिलेलं नाही. उलट तिच्या जगण्याचं तिला आणि समाजाला ओझं झालेलं असेल.''

मी शर्टच्या बाह्या गुंडाळीत म्हटले, ''अशी कुणी व्यक्ती आहे का तुमच्या पाहण्यात?''

''सांगतो हं –'' नानासाहेब थोडा विचार करून म्हणाले, ''महेश्वरीबाई

नावाची एक खानदानी वेश्या माझ्या माहितीची आहे. गळा बेताचा; पण नाचायची अशी – आणि रूप म्हणजे तर अहाहा! नुसतं संगमरवरी चित्र –'' नानासाहेब क्षणभर डोळे मिटून बसले. बहुधा ते त्या कळकट माडीवर ते संगमरवरी चित्र मांडून पाहत बसले असावेत. ''पण हे सगळं पंचवीस वर्षांपूर्वी. आता बाईंकडे बघवत नाही. येणारे आहेत अजून तिच्याकडे, नाही असं नाही. आपला तो गोवर्धन शेठ– मध्ये इलेक्शनला उभा होता तो – धान्याच्या काळ्या बाजारात गबर झालेला – त्यानं आता तिला ठेवलीय म्हणतात. कसेबसे दिवस काढत असेल; पण पूर्वीची गंमत आता नाही.'' नानासाहेब पुन:पुन्हा डोळे मिटून बसले, बहुधा पूर्वीची गंमत आठवीत. ''तर तिचा खून करा तुम्ही. दुवा देईल ती प्राण गेले तर. अहो, असल्या बायकांना म्हातारपण म्हणजे मरणापेक्षा कठीण होतं...''

मी तिचा सविस्तर पत्ता नानासाहेबांकडून घेतला आणि जायला निघालो, ''नानासाहेब, कुठं बोलणार नाही ना?'' मी आर्तपणे विचारले. ''विशेषत: पोलिसांकडे...''

''घ्या, खूळ की काय?'' नानासाहेबांनी आश्वासन दिले.

''दुसरं काही नाही हो – त्यांना यातली कला समजणार नाही. ते त्याला एखाद्या बाजारू, सवंग स्वार्थापोटी केलेल्या खुनाचं स्वरूप देतील, म्हणून –!''

''छे हो, असं कसं करीन?'' नानासाहेब माझा खांदा थोपटीत म्हणाले, ''अहो, असं काही रोमहर्षक करावं असं आम्हालासुद्धा वाटतं; पण म्हणून जमणारेय थोडंच? तुमच्यासारखा एखादा करीत असेल असं काही, तर त्याला प्रोत्साहन द्यायला हवं. बाय द वे, तुम्ही करता काय? म्हणजे खुनाशिवाय दुसरं –''

''मी म्युनिसिपालिटीत कारकून आहे, पण तो पेशानं. हाडानं विचाराल तर मी कलावंत आहे.''

बाणेदारपणाने एवढे बोलून मी खाली उतरलो तो असाच निश्चय करून की, आता एक तरी खून करीपर्यंत थांबायचे नाही.

दारातच कुत्रा अंगावर आला आणि थांबणे भाग पडले.

थोड्याच दिवसांत मी महेश्वरीबाईची सारी माहिती काढली. हो, माझ्यासारख्या बुद्धिमान कलावंतानं एखादी गोष्ट करायची ठरवली की, तो प्रत्येक गोष्ट सिस्टिमॅटिकच करणार! उगाच आपला जाऊन खाटकासारखा एखाद्याच्या मानेवरून सुरा फिरवणार नाही की, भेंडीबाजारमधल्या दंगलीत घाईघाईत चाकू भोसकून गुंड जसे पळतात, तसे करणार नाही. खून – त्यातूनही तो कलेसाठी केलेला

नि:स्वार्थी खून – म्हणजे तो किती संयम आणि अभिरुची दाखवून करायला हवा! आपण रोज वर्तमानपत्रांत ज्या बातम्या वाचतो, त्यांतले जवळजवळ सगळे खून – सगळे खून हे बावळटासारखे, कसलीही योजना न आखता आणि भावनेच्या आहारी जाऊन केलेले असतात. त्यांत खुनी इसमाची काही बुद्धिमत्ता कधी दिसली आहे, असे होतच नाही. केवळ पोलीस खाते अधिक निर्बुद्धपणा दाखविण्याची दया करते, तोवरच हे खुनी मोकळे राहतात...

मी करणार होतो त्या खुनात मी स्वत: कधीही पकडला जाणार नव्हतो. पकडला गेलो असतो, तरी जिचा खून करणार त्या व्यक्तीशी माझा कसलाही संबंध नसल्यामुळे खुनाचा हेतूच सिद्ध होणार नव्हता. मी खुनाचे साधन वापरणार होतो तेही अगदी साधे. त्याच्यावर ठसेबिसे राहण्याची भानगड नव्हती. रक्तबिक्त काही सापडणार नव्हते. छे, छे, तसला रानटीपणा कोण करील? शिवाय खून होताना त्या व्यक्तीची झालेली तडफड, तिने खुनी माणसाच्या नावाने केलेला तळतळाट या सगळ्याला अजिबात फाटा. सुंदर मृत्यू यायला हवा – एकदम शांत! खून इतका अलगद व्हायला हवा की, झाडावरून फूल तोडल्यासारखा. सुरीने लोणी कापल्यासारखा! छे छे, तेही सुरीने – नाही बोटानेच! आकर्षक! रम्य! निरपेक्ष! उदात्त!

अर्थात यात सखोल अभ्यासाचे महत्त्व होतेच. महेश्वरीबाईंची सारी माहिती मिळविणे आवश्यक झाले, ते यासाठीच. कित्येक दिवस मी बाईंच्या घरासमोर पहारा ठेवला. कधी कधी रात्रीच्या वेळीदेखील. एखाद-दोन वेळा ओळखीची माणसे भेटली. त्यांनी एकदा माझ्याकडे, एकदा मी नजर लावलेल्या माडीकडे, आणि पुन्हा विचित्र नजरेने माझ्याकडे पाहिले, आणि ते झपाझप निघून गेले. एक-दोनदा खिडकीवरचा तलम, जाळीदार पडदा बाजूला होऊन बाईंच्या वयस्कर मुखचंद्राचे दर्शन झाले. चित्र एकेकाळी देखणे असावे, पण आता संगमरवरी न वाटता मेणाचे वाटत होते. मेणही मध्ये मध्ये ओघळले होते.

ठीक आहे, या बाईला मारायला वाईट वाटणार नाही. तिलाही मरताना आनंदच होईल. तिच्या स्वागतासाठी मरणाच्या दरबारात नाचगाण्याची मैफल होईल!

वाईट वाटेल ते कदाचित तिच्या त्या ढब्ब्या गोवर्धन शेठला! पाहिला त्यालाही दोन-चार वेळा. गाडी घेऊन रात्री यायचा चोरासारखा. सकाळपर्यंत गाडी तिथेच असायची; पण त्यालादेखील वाईट वाटेलच याची खात्री नव्हती. बेटा कर्तव्यबुद्धीने येत असेल कदाचित. तेव्हा, झाला तर त्याचाही या खुनाने फायदाच होणार होता.

बाईला पानाचा भयंकर सोस! पानाचा म्हणजे पिण्याचा नव्हे, पान खाण्याचा!

पानवाल्याचा ठेला बाईच्या माडीसमोरच होता. चार-सहा वेळा पाने खाऊन मी त्याच्याशीही दोस्ती करून घेतली. त्यातली सुपारी लागून पाने नंतर थुंकून

टाकावी लागली, हा भाग वेगळा, पण आपले काम झाले. कळून घ्यायची ती सारी माहिती कळली. पानवाल्याला सक्त ताकीद होती. बाईच्या स्पेशल आवडीची चार पाने दररोज रात्री आठ वाजता तो तय्यार ठेवीत असे. बाईचा एक पोरगेला छाकटा गडी बरोबर आठ वाजता येऊन ती घेऊन जात असे. ही पाने फक्त बाईसाठीच असायची आणि त्यांना हात लावायची दुसऱ्या कुणाची शामत नसायची.

पानवाला मोठा रंगेल होता. कदाचित बाईवर आषक असावा. गाणी गुणगुणत, माना वेड्यावाकड्या करीत, गालातल्या गालात हसत तो बाईची 'स्पेशल' पाने तयार करी.

अशा वेळी त्याच्या शेजारी उभे राहून मी दोन गोष्टी माहीत करून घेतल्या –

१. 'स्पेशल' पानात काय काय घालतात, २. पानवाला पाने तयार झाली की, केळीच्या पानात त्याचा सैलसा पुडा बांधून ठेवतो.

आता न सांगताच तुम्हाला कळले असेल की, माझा बेत खाण्याच्या पानात विष घालण्याचा होता! आता विष म्हणजे कोणीही फालतू ढेकूण-झुरळावरचे विष वापरील. पण मग खुनाची शान ती काय राहिली? माझ्याकडे स्वत:चे एक स्पेशल विष तयार होते. आमच्या आजोबांचे एक भुगा झालेले जुने वैद्यकावरचे पुस्तक मी आज ना उद्या कामी येईल म्हणून जपून ठेवले होते. त्यात, निद्रानाशावर हे चूर्ण अमूक एका प्रमाणात घ्यायचे असे सांगितले होते. प्रमाण जास्त झाल्यास तत्काळ मृत्यू येईल, अशी धोक्याची सूचनाही दिलेली होती. चूर्ण तयार करण्याची कृती अगदी सोपी, पण थोडी मेहनतीची होती. त्यासाठी लागणाऱ्या वस्तू बाजारात मिळणाऱ्या होत्या. नव्हत्या, त्यांना साधे पर्याय होते!

चांगले बाटलीभर चूर्ण मी तयार करून ठेवले.

अखेरीस माझी सगळी तयारी पूर्ण झाली आणि माझ्या कलात्मक साहसाचा तो सोनेरी दिवस एकदाचा उजाडला.

साहस शंभर टक्के यशस्वी होणार होते. नानासाहेब चकित होणार होते. दर्दीपणाने पाठीवर थाप मारणार होते.

सात वाजताच मी पानवाल्याकडे गेलो. स्पेशल पानाचा फॉर्म्युला सांगून तसले पान करून घेतले. त्याने मला डोळा मारला. मी आज विशेष कुठे जाणार आहे, अशा आविर्भावात मीही डोळा मारला – आपल्याला काय? पान खिशात टाकले आणि चालू लागलो.

समुद्रावरची शांत जागा पाहून त्या पानात बाटलीतले भरपूर चूर्ण भरले.

सर्वसामान्य खुनी माणसाप्रमाणे मी उगाचच 'एक्साइट' झालो नव्हतो; कारण सर्वसामान्यांप्रमाणे आकांडतांडव करून मी खून करणारच नव्हतो. जिचा खून

करायचा त्या व्यक्तीचे तोंडही पाहावे लागणार नव्हते. कसला पुरावा राहणार नव्हता. एक लहानशी हालचाल करायची की, बस्! झाड हलवले की, प्राजक्ताची फुले टपाटप पडतात, तसा सहज खून होणार होता – या सहजतेत तर कला होती!

बरोबर आठ वाजता मी पानवाल्याच्या समोरच्या रस्त्यावर आलो. विडा कागदातून सोडवून हातात घेतला. तेवढ्यात महेश्वरीबाईंचा छाकटा गडी पानवाल्याकडे आलाच.

पानांचा पुडा घेऊन तो चालू लागला. मी समोरून येऊन त्याला धक्का मारला. त्याच्या हातातील पुडा रस्त्यावर पडला. केळीच्या पानासकट – म्हणून आतील पाने रस्त्यावर पडली नाहीत.

"दिखता नहीं है क्या?" वगैरे काहीतरी बडबडत तो खाली वाकला. मीदेखील "सॉरी" म्हणत पुडा उचलून दिला, तेवढ्यात –

बरोबर ओळखलेत. माझ्या हातातले पान पुड्यात गेले होते आणि पुड्यातले एक माझ्या हातात.

मी पुडा नीट बांधून त्याच्या हातात दिला. पुन:पुन्हा "सॉरी" म्हणालो. तरी त्याने तोंडातल्या तोंडात शिव्या दिल्याच.

मी तिकडून निघालो, समुद्राशी गेलो आणि खिशातला विडा काढला – महेश्वरीबाईच्या पुड्यातून पळवलेला! समुद्रात लांबवर फेकून दिला! तो लाटांवर मागेपुढे झाला. चार वेळा. खिशात राहिला असता तर काही बिघडले नसते, पण नको. अशाच गफलतींनी शेवटी गळ्याला फास लागतो.

महेश्वरीबाईंची शेवटची रात्र आज रंगेल – मी नखे कुरतडत तीन विचार केले. रात्री कधीतरी ती विषारी विडा खाईल – कुठला विडा विषारी निघेल बरे? पहिला, दुसरा, तिसरा की शेवटचादेखील! नेमका चौथ्या वेळी तो खाण्याची शक्यता फार कमी. अगदी पहिलाच खाणेदेखील वास्तवतेला सोडून! मग मधला – दुसरा किंवा तिसरा!

पण खाईल तो शेवटचाच ठरेल! त्याचा रस अंगात विरघळत असतानाच तिला हळूहळू गुंगी येईल – आणि एखादे जादा उमललेले फूल मान टाकते, तशी ती एका नवीनच नशेत जगाला 'अल्विदा' करील!

तिच्या मरणाच्या कल्पनेने माझ्या डोळ्यांत पाणी आले. कुठेही सौंदर्य दिसले की, मला असेच होते.

मला थकल्यासारखे वाटले. एक कलाकृती पूर्ण झाली की, कलावंताला जशी एक प्रकारची सुखमिश्रित ग्लानी येते, तसे मला झाले.

सकाळी वर्तमानपत्रात ठळक अक्षरात बातमी, 'प्रख्यात उद्योगपती शेठ

गोवर्धनदास यांच्यावर विषप्रयोग!' 'सुप्रसिद्ध नर्तकी महेश्वरीदेवी हिच्यावर विषप्रयोग केल्याचा वहीम!'

मी तोंडातल्या तोंडात एक अस्सल शिवी हासडली. दैव कसे असते पाहा! त्याला कुठलीही सुंदर गोष्ट पाहावत म्हणून नाही!

मी एका लावण्यवतीचा (एके काळच्या का असेना) इतका सुंदर खून आखला आणि त्याला बळी कोण पडला, तर हा ढब्ब्या काळाबाजारवाला! भैरवीच्या शेवटच्या तानेसारखी बिचारी संपून जाणार होती तर तिच्याऐवजी हा ढेरपोट्या तिथे हातपाय पसरून थंड झाला असेल! वर बिचारीवर आरोप! विषप्रयोग केल्याचा! बिचारीने मोठ्या प्रेमाने लाडात येऊन त्याला खास स्वत:चा विडा भरवला असेल – पण त्याची जगाला किंमत नाही! ते असेच म्हणणार की, वेश्या ती वेश्या! पानातून विष चारलं आपल्या शेठाला!

मनात खूप तडफडाट झाला. सगळे सोडून कालच या ढब्ब्याला तिच्याकडे येण्याचे कारण काय? नशीब! दुसरे काय? हे नशीब आजवर मोठमोठ्या कलावंतांच्या मागे लागले आहे, तिथे माझी काय सुटका होणार?

अर्थात तसे पाहिले तर माझा प्लॅन काही अगदीच अयशस्वी ठरला नव्हता. कुणाचा का असेना, पण खून तर झालाच होता. शिवाय वहीम माझ्यावर येण्याचाही संभव नव्हता!

आता काळाबाजार करणाऱ्या समाजकंटकाचा झाल्यामुळे उगाचच तो 'वध' वगैरे ठरला होता!

वर्तमानपत्रांना जर मी खरा खुनी कोण आहे, हे सांगितले तर – तर मी समाजकंटकाचा वध करणारा हुतात्मा ठरेन.

पण खरा कलावंत प्रसिद्धीपराङ्मुख असतो!

त्याला हवी असते ती फक्त – एक जिवाभावाने दिलेली दाद!

मी वर्तमानपत्र घेऊनच नानासाहेबांकडे गेलो.

आजही वाटेत कुत्रा होता; पण त्याला घाबरायचे मला सुचलेच नाही, इतका मी स्वत: हादरून गेलो होतो.

नानासाहेबांसमोर पेपर टाकून मी म्हटले, "पाहिलात काय प्रकार झाला तो?"

"म्हणजे? तुम्हाला म्हणायचंय् काय? हा खून तुम्ही केलात?"

"हो." मी हिरमुसल्या तोंडाने म्हणालो, "खरं म्हणजे तो खून महेश्वरीबाईंचा होता; पण तिनं स्वत:चा विडा शेठजींना दिलेला दिसतोय."

नानासाहेबांचे डोळे आश्चर्याने तारवटले.

"म्हणजे, त्या दिवशी आपण सगळं बोललो ते – ते तुम्ही खरं मानलंत?"

मला धक्का बसला. केवढ्या आदराने, केवढ्या श्रद्धेने मी माझी कला

नानासाहेबांसारख्या रसिकाला दाखवली होती! आणि त्यांना माझे बोलणे खरेदेखील वाटले नव्हते!

"यू आर मॅड मिस्टर – हूएव्हर यू आर! तुमचं डोकं फिरलंय. साफ फिरलंय." ते ओरडून म्हणाले, "त्या दिवशी मला तसाच संशय आला होता – म्हणून मी तुमची गंमत केली. मला काय कल्पना की, तुम्ही जाऊन लगेच खुनाचा प्रयत्न..."

प्रयत्न? इथे मी एक अख्खा खून करून दाखवला होता!

फुकट! फुकट मी नानासाहेबांना आजवर थोर समजलो! ज्या माणसात साधी रसिकता नाही, दुसऱ्या कलावंताला जो साधी दाद देऊ शकत नाही,त्याच्या शंभर रहस्यकथा आणि पाचशे भयकथा काय चुलीत घालायच्यात?

"मग आता काय करणार आहात तुम्ही?" मी निर्वाणीचे विचारले, "पोलिसांत खबर देणार?" हो, म्हणजे त्यांना जर माझे काहीच पटले नसेल तर –

"त्याची काही गरज नाही, न् त्या बाईचे आशिक लोक इतके आहेत की, ती एव्हाना सुटलीदेखील असेल निर्दोष." नानासाहेब वैतागून म्हणाले. "शिवाय पोलिसांत खबर दिली की, तुम्ही खुशाल सांगून बसाल, मला नानासाहेबांनी खून करायला सांगितलं म्हणून. तरुणपणात माझे आणि महेश्वरीदेवीचे संबंध होते हे ठाऊक असणारे खूप लोक आहेत अजून! त्या वेळी पुरतं धुऊन काढलंय मला त्या चांडाळणीनं." माझ्याने ऐकवेना! एकूण यासाठी नानासाहेबांनी मला तिचे नाव सांगितले!

"आणि तुम्ही करून बसलात गोवर्धन शेठचा खून! अहो, तो काळाबाजारवाला असला तरी, आमच्या प्रकाशनाचा फायनान्सर होता! आता माझी पुस्तकं कोण काढील?"

नानासाहेब आत्यंतिक वैतागाने हाताची मूठ कपाळावर मारू लागले. काय हे संतापाचे प्रदर्शन! संयम नाही! दुसरे काय?

"आणि अशी योजना तुम्ही आधी आखलीतच कशी?" जरा शांत झाल्यावर नानासाहेब माझी पुन्हा निर्भर्त्सना करू लागले. "विष काय कुणी खायच्या पानात घालतं? माझ्या एका तरी कादंबरीत असला आचरटपणा कुणी करतं का? अहो, स्वतःसाठी तयार केलेला विडादेखील कुणीही दुसऱ्याला देण्याचा संभव असतो. हं – औषधाच्या डोसात तुम्ही विष मिसळता तर गोष्ट वेगळी! आपलं औषध कुणी दुसऱ्याला पाजत नाही!"

मला 'आचरट' म्हटल्याचा राग आला नाही. उलट नानासाहेबांकडून एक नवीन गोष्ट मला शिकायला मिळत होती! तिचे मोल फार मोठे होते. मी स्वतःला इतका मोठा कलावंत समजत होतो, आणि इतका साधा मुद्दा मला सुचला नव्हता ना?

नानासाहेबांकडून बाहेर पडलो तेव्हा माझी सगळी निराशा पार पळाली होती आणि अंगात उत्साह सळसळत होता. एक नवीन, सुंदर कलाकृती माझ्या डोळ्यांसमोर नाचत होती.

मनात एकसारखे घोळत होते –

नानासाहेब दुधातून जी पावडर घेतात, तिच्याबरोबर माझ्याकडचे चूर्ण काय झकास मिसळून जाईल!

♦

मनाला कापत जाणारे भय आणि जीवनाच्या भीषण
वास्तवाचे गूढ दर्शन याचा अस्वस्थ अनुभव देणाऱ्या गूढकथा

निर्मनुष्य

रत्नाकर मतकरी

मतकरींच्या प्रगल्भ शैलीतून साकार होत असलेल्या,
अगदी अलीकडच्या गूढ कथांचा हा संग्रह.
वास्तवाच्या पायावर उभे कल्पनेचे जग, मानसशास्त्रावर आधारलेले भीतीचे विश्व मतकरीच्या कथांमधून साकार झाले आहे.
उत्कंठा वाढवणारा संदेश आणि गारठून टाकणारे भय यांच्या जोडीनेच, प्राणीमात्रांविषयी करूणा आणि अंतिम न्यायाचा आग्रह, राजकारणाचा स्पर्श हे त्या कथांचे लेखनसूत्र आहे. या आशयसंपन्नतेमुळे मतकरींच्या कथा बदलत्या काळागणिक अधिकाधिक अर्थगर्भ होत गेल्या आहेत.
गूढकथा ही वाचकांला अचंब्यात टाकण्यासाठी किंवा घाबरवण्यासाठी लिहिलेली कथा नसून, ती मानवी जीवनावर भाष्य करण्यासाठी निवडलेली एक वेगळी दृष्टी आहे हेच या कथा वाचताना जाणवते.

www.ingramcontent.com/pod-product-compliance
Lightning Source LLC
LaVergne TN
LVHW092356220825
819400LV00031B/398